AF658710

അങ്ങാടിക്കുരുവികളുടെ സമരം

angadikuruvikalude samaram

•

s sajeev kumar

•

first edition
july 2016

•

published
chintha publishers, thiruvananthapuram

•

typesetting
star communications, thiruvananthapuram

•

cover
ambeesh

വിതരണം

ദേശാഭിമാനി ബുക്ക് ഹൗസ്

H O തിരുവനന്തപുരം–695 035
phone: 0471-2303026, 6063026
www.chinthapublishers.com
chinthapublishers@gmail.com

ബ്രാഞ്ചുകൾ

ഹെഡ്ഡാഫീസ് ബ്രാഞ്ച് കുന്നുകുഴി • സ്റ്റാച്യു തിരുവനന്തപുരം • കെ എസ് ആർ ടി സി ബസ് സ്റ്റേഷൻ ആലപ്പുഴ • കെ എസ് ആർ ടി സി ബസ് സ്റ്റേഷൻ എറണാകുളം • മച്ചിങ്ങൽ ലെയിൻ തൃശൂർ • ഐ ജി റോഡ് കോഴിക്കോട് • മാവൂർ റോഡ് കോഴിക്കോട് • എൻ ജി ഒ യൂണിയൻ ബിൽഡിങ് കണ്ണൂർ • സെൻട്രൽ ബസ് ടെർമിനൽ കോംപ്ലക്സ് താവക്കര കണ്ണൂർ

CO - 2379 / 3916
ISBN - 978-93-86112-477

അങ്ങാടിക്കുരുവികളുടെ സമരം

എസ് സജീവ് കുമാർ

ചിന്ത പബ്ലിഷേഴ്സ്
തിരുവനന്തപുരം-695 035
വില : ₹ 60

എസ് സജീവ് കുമാർ

തിരുവനന്തപുരം ജില്ലയിലെ ആറ്റിങ്ങലിൽ ജനിച്ചു.

അച്ഛൻ : കെ സുകുമാരൻ. അമ്മ : ജി അരുന്ധതി.

കേരള സർവ്വകലാശാലയുടെ കാര്യവട്ടം കാമ്പസിൽനിന്ന് സൈക്കോളജിയിൽ മാസ്റ്റർ ബിരുദം. (MA)

തിരുവനന്തപുരം പ്രസ് ക്ലബ്ബിന്റെ ഇൻസ്റ്റിറ്റ്യൂട്ട് ഓഫ് ജേണലിസത്തിൽനിന്ന് ജേണലിസത്തിൽ ഡിപ്ലോമ.

കൃതികൾ: *ദൈവത്തിന്റെ വായിക്കപ്പെടാത്ത പാവനമായ ഒരു പുസ്തകം* (നോവൽ) *ഔട്ട്സൈഡർ* (കഥകൾ), *സ്നേഹത്തിന്റെ രസതന്ത്രം, ഇനി നന്നായി പഠിക്കാം, ബാലമനസ്സിലേക്ക്, സിക്സ്ത് സെൻസ്, അങ്ങാടിക്കുരുവികളുടെ സമരം* (കഥകൾ), *നിത്യജീവിതത്തിലെ മാനസിക പ്രശ്നങ്ങൾ.*

വിലാസം : ഗിരിജ വിലാസ്
near മൂന്നുമുക്ക്
ആറ്റിങ്ങൽ പി ഒ 695 101

email : ssajeevkumaratl@gmail.com

Mobile : 7736295553

ഉള്ളടക്കം

പ്രസാധകക്കുറിപ്പ്

പ്രണയം, പ്രണയ നഷ്ടം, ലൈംഗികത, ലൈംഗികാതിക്രമങ്ങൾ, അധിനിവേശം, യുദ്ധം, സ്വത്വപ്രതിസന്ധികൾ എന്നിവയിലേക്ക് പുതിയ ആംഗിളിലേക്ക് ലെൻസ് പിടിക്കുന്ന ഹൃദ്യമായ പന്ത്രണ്ട് കഥകളാണീ സമാഹാരത്തിൽ. എഴുത്തുകാരൻ ഉള്ളിലേക്കു നോക്കുന്നത് വിപുലമായ ജീവിത പരിസരങ്ങളിൽ കാലുറപ്പിച്ചു നിന്നുകൊണ്ടാണ്. പുതിയ കാലഭാവുകത്വം പേറുന്ന ഇതിലെ കഥകൾ ഭാഷയുടെ ക്ലിഷ്ടതകളെ ചെത്തിമിനുക്കി അനുഭൂതികളുടെ വിതാനങ്ങൾ കാട്ടിത്തരുന്നു.

പുതിയ കാലത്തിന്റെ ഹൃദയവും മനസ്സും കണ്ടെത്താൻ ശ്രമിക്കുന്നുണ്ട് ഇതിലെ ഓരോ കഥയും. പുതുതലമുറയിലെ ഈ ശ്രദ്ധേയ എഴുത്തുകാരന്റെ പുസ്തകം വായനക്കാർക്കു മുന്നിൽ സമർപ്പിക്കുന്നു.

ചിന്ത പബ്ലിഷേഴ്സ്

അങ്ങാടിക്കുരുവികളുടെ സമരം

വന്യമായ സ്വന്തം ആർത്തികൾ നടപ്പാക്കാൻ വേണ്ടി എന്തും ചെയ്യാൻ മടിക്കാത്തവർ തിങ്ങിനിറഞ്ഞ ഈ ലോകത്ത് അങ്ങാടിക്കുരുവികൾക്കായി നിലകൊള്ളുന്നത് ഭ്രാന്താണെങ്കിൽ അത് തനിക്കുണ്ടെന്ന് അലി സലിം വിശ്വസിക്കുന്നു.

അങ്ങാടിക്കുരുവികൾക്കുവേണ്ടി തന്റെ കാമുകിയെ പോലും ഒഴിവാക്കിയ അലി സലിം എൻജിനീയറിങ് വിദ്യാർത്ഥിയാണ്. ഏതോ റൊമാന്റിക് ഹീറോ വെള്ളിത്തിരയിൽനിന്ന് ഇറങ്ങിവരികയാണോ എന്നു തോന്നും, അലി സലിം നടന്നുവരുന്നതു കണ്ടാൽ. എന്നാൽ, പക്ഷികളോടുള്ള അലിയുടെ പ്രണയം മഞ്ഞുതുള്ളിപോലെ ഗ്രാമ്യമാണ്.

മികച്ച പക്ഷി നിരീക്ഷകനും പക്ഷികൾക്കുവേണ്ടി മരിക്കാൻ തയ്യാറുള്ളവനുമായ അലിയെ "കുഞ്ഞാറ്റകളുടെ കാമുകൻ" എന്ന് കൂട്ടുകാർ കളിയാക്കി.

എല്ലാ പക്ഷികളും മികച്ച എഞ്ചിനീയർമാരാണെന്ന് അലിയുടെ റൂംമേറ്റ് ഗൗരവത്തോടെ പറയും. "കാറ്റെടുക്കാത്ത, മഴയിൽ തകരാത്ത, ശത്രുക്കളുടെ ശ്രദ്ധയിൽപ്പെടാത്ത ഇടം കണ്ടെത്തിയാണ് പക്ഷികളുടെ കൺസ്ട്രക്ഷൻ."

"തുന്നാരൻ പക്ഷികളെപ്പറ്റി കേട്ടിട്ടില്ലേ?"

തുണിത്തുണ്ടുകൾ പെറുക്കിക്കൂട്ടി അടിപൊളി കൂടുണ്ടാക്കുന്ന ടെയിലർ ബേർഡ്സ് ശരിക്കൊരു എഞ്ചിനീയർ തന്നെയാ... ഇല്ലെങ്കിൽ അലി പറയട്ടെ.

അലി സലിം ആ പതിവ് ഡയലോഗ് കേട്ടതായി ഭാവിക്കില്ല.

"പിന്നേ ഇപ്പോഴത്തെ എന്റെ അയൽക്കാരൻ തന്നെ ഈ തുന്നാരൻ പക്ഷിയല്ലേ." കൂട്ടുകാരൻ അലിയെ പ്രകോപിപ്പിക്കാൻ നോക്കും.

"പക്ഷേ, തുണിത്തുണ്ടുകൾ ശേഖരിച്ച് കൂടുണ്ടാക്കാൻ എഞ്ചിനീയറിങ് എന്തിന്? അതിന് ടെയിലറിങ് പഠിച്ചാ പോരേ?"

വളരെ അപൂർവ്വമായി മാത്രമേ അലി പക്ഷികളെക്കുറിച്ച് വാചാലനാകൂ. അവൻ സംസാരിക്കാൻ തുടങ്ങുമ്പോൾ കൂട്ടുകാർ കാതുകൂർപ്പിച്ചിരിക്കും. അലി പക്ഷിക്കഥകൾ പറയുമ്പോൾ കേട്ടു നില്ക്കുന്നവരുടെ മനസ്സിൽ ഗ്രാമ്യമായ എന്തോ വന്നു നിറഞ്ഞു. തഴുകി കടന്നുപോകുന്ന ഇളംകാറ്റു പോലെ എന്തോ ഒന്ന്...

വിനോദസഞ്ചാരവേളകളിൽ അലി കൂടെയുണ്ടാവാൻ കൂട്ടുകാർ ആഗ്രഹിച്ചു. അവരൊന്നും ഒരിക്കലും കേട്ടിട്ടില്ലാത്ത പക്ഷികളെയാണ് അലി അവർക്ക് കാട്ടിക്കൊടുക്കുക.

"പക്ഷേ, നീയെങ്ങനെ ഇവയെ തിരിച്ചറിയുന്നു?" അപൂർവ്വയിനം പക്ഷികളെപ്പറ്റി അലി വിവരിക്കാൻ തുടങ്ങുമ്പോൾ കൂട്ടുകാർ അത്ഭുതപ്പെടും. നിഗൂഢമായ ചില്ലകളിൽ ഒളിച്ചിരിക്കുന്ന പക്ഷികളെപ്പോലും അലി കണ്ടെത്തും. കണ്ടമാത്രയിൽ തന്നെ അവയുടെ പേരും പ്രത്യേകതകളും വിവരിക്കും.

തമാശയ്ക്കുവേണ്ടി പോലും പക്ഷികളെ ശല്യം ചെയ്യുന്നത് അലി സഹിക്കില്ല. "പക്ഷികളെ അവയുടെ വഴിക്ക് വിട്ടേക്ക്" അവൻ പറയും. "ദയവായി ശല്യം ചെയ്യരുതേ എന്ന ബോർഡ് തൂക്കാൻ പക്ഷികൾക്കാവില്ല. പക്ഷേ, അതാണവർ ആഗ്രഹിക്കുക."

കൂട്ടിലടയ്ക്കപ്പെട്ട പക്ഷികളെ കണ്ടാൽ അലി സലിമിന്റെ ഭാവം മാറും. അപ്പോൾ മാത്രമാണ് കോപമുള്ളവനായി അവനെ കാണാനാവുക.

ഇടയ്ക്ക് പത്രങ്ങളിൽ ഒരു വാർത്ത വന്നു. ജന്തു സ്വാതന്ത്ര്യം സംരക്ഷിക്കുന്ന ഒരു കോടതി വിധി – ഗുജറാത്ത് ഹൈക്കോടതിയുടെ. അതിനു പിന്നാലെ, കൂട്ടിലടച്ച കിളികളെ സ്വതന്ത്രരാക്കണമെന്ന് ജന്തുക്ഷേമ ബോർഡിന്റെ നിർദ്ദേശം – സംസ്ഥാനങ്ങളോട്. അലി അതിന്റെ പ്രചാരകനായി ചുറ്റിനടന്നു. ചിലരെ സംഘടിപ്പിച്ചു.

എന്നാൽ, ലൈസൻസില്ലാത്ത പക്ഷിവളർത്തലിനെതിരെ മാത്രം നടപടി എടുക്കാനുള്ള കേന്ദ്ര മന്ത്രാലയത്തിന്റെ നീക്കത്തെ അലി ശക്തമായി എതിർത്തു.

"പക്ഷികളെ വളർത്താൻ ആർക്കും അവകാശമില്ല." അലി പ്രഖ്യാപിച്ചു. "പക്ഷി വളർത്തലിന് ലൈസൻസ് കൊടുക്കുന്നത് ക്രൂരതയ്ക്ക് ലൈസൻസ് അനുവദിക്കുന്നതുപോലെയാണ്. കാടത്തം പേറുന്ന മനുഷ്യന്റെ മറ്റൊരു കാപട്യം."

അലിയുടെ അത്തരം വികാര പ്രകടനങ്ങൾ അവന്റെ അടുത്ത കൂട്ടുകാരെ ഉൽക്കണ്ഠപ്പെടുത്തി എല്ലാ നേരവും മാംസഭക്ഷണം വെട്ടിവിഴുങ്ങുന്നവരുടെ കാതുകളിലേക്കാണ് അലിയുടെ വാക്കുകൾ ചെന്നുപതിക്കുക. അവർ അലിയെ ഒരു കോമാളിയായി മാത്രമേ കാണുകയുള്ളൂ. കൂട്ടുകാർ ഭയപ്പെട്ടു.

"ഓരോ നിമിഷവും നടക്കുന്ന പൗരാവകാശ ലംഘനങ്ങൾ കണ്ടി

ല്ലെന്ന് നടിക്കുന്ന പൊതുസമൂഹം പക്ഷി, മൃഗങ്ങളോട് ദയ കാട്ടുമോ?" അലി സലിമിനെ യാഥാർത്ഥ്യത്തിലേക്ക് കൊണ്ടുവരാൻ കൂട്ടുകാർ ശ്രമിച്ചു. "കുഞ്ഞു പക്ഷികളുടെ പോലും വാലും ചിറകും മുറിച്ചുകളഞ്ഞ്, കാലുകളിൽ വളയമിട്ട് ചെറുകൂടുകളിൽ അടച്ച് രസിക്കുന്നവർ പക്ഷികളെ കളിപ്പാട്ടങ്ങളായാണ് കാണുക. കിളിക്കൂടുകളേക്കാൾ കുടുസായ മനസ്സുള്ള അവരെ ആർക്കും തിരുത്താനാവില്ല..."

മൊബൈൽ ടവറുകളുടെ സാന്നിദ്ധ്യം അങ്ങാടിക്കുരുവികളുടെ വംശനാശത്തിനിടയാക്കുമെന്ന വാർത്ത അലി ഏറ്റെടുത്തു. അവന്റെ പ്രതിഷേധം കൂടുതൽ ശക്തമായി.

"നോക്ക്... പക്ഷികളുടെ കാര്യത്തിൽ നീ വല്ലാതെ ഓവർ റിയാക്ട് ചെയ്യുന്നു." റൂംമേറ്റ് അവനെ ഓർമ്മപ്പെടുത്തി.

"ടവറുകളില്ലാതെ മൊബൈൽ ഫോണുകൾ എങ്ങനെ? ഫോൺ ഉപേക്ഷിക്കാൻ നീ പോലും തയ്യാറാവില്ല." റൂംമേറ്റ് പറഞ്ഞു.

"നിനക്കെങ്ങനെയറിയാം. ഞാൻ തയ്യാറാവില്ലെന്ന്?" അലി ചോദിച്ചു.

എല്ലാ ശക്തിയും സംഭരിച്ച് അലി തന്റെ മൊബൈൽ ഫോൺ കരിങ്കൽ ഭിത്തിയിലേക്ക് വലിച്ചെറിഞ്ഞു. ഹോസ്റ്റൽ പരിസരത്തുണ്ടായിരുന്നവർ മനസ്സിലാവാതെ നോക്കി.

ഫോണിന്റെ പൊട്ടിച്ചിതറിയ കഷണങ്ങൾ ചികഞ്ഞ അലി സിംകാർഡുകൾ കൈയിലെടുത്തു.

"നിനക്ക് വേണ്ടെങ്കിൽ മറ്റാർക്കെങ്കിലും കൊടുക്കാമായിരുന്നു." ആരോ പറഞ്ഞു.

"പക്ഷേ, അപ്പോൾ ഒരു മൊബൈൽ ഫോൺ പോലും കുറയുന്നില്ലല്ലോ?"

പെറുക്കിയെടുത്ത തന്റെ സിംകാർഡുകൾ അലി ചെറുതുണ്ടുകളാക്കി ക്ലോസെറ്റിൽ നിക്ഷേപിച്ചു.

അലിയുടെ പ്രവൃത്തി ഏറ്റവും പുതിയ തമാശയായി ഹോസ്റ്റലിലും കാമ്പസിലും പ്രചരിച്ചു.

അപരിചിതർ പോലും അലിയോട് പലതും ചോദിച്ചു. ചിലർ ഉപദേശിച്ചു: "പക്ഷികൾ കൂട്ടത്തോടെ നശിക്കുന്നത് അവയ്ക്ക് സ്വാഭാവികമായ വംശനാശം സംഭവിക്കുന്നതു കൊണ്ടാണെങ്കിലോ? അതുകൊണ്ട് പക്ഷികളുടെ കാര്യം ദൈവത്തിന് വിട്ടേക്ക്. നമ്മളെന്തിന് ദൈവത്തിന്റെ ജോലി ഏറ്റെടുക്കണം? നമുക്കൊരിക്കലും ദൈവത്തെ പോലെയാവാനാവില്ല."

"...ഇവിടെ നിത്യദുഃഖത്തിൽ നീറുന്ന അനേകം മനുഷ്യരുണ്ട്. അടിച്ചമർത്തപ്പെട്ടവർ. അവരോടില്ലാത്ത കാരുണ്യം പക്ഷികളോടെന്തിന്?" ഒരാൾ ചോദിച്ചു.

"ശരിയാണ്." അലി പറഞ്ഞു. "ഇവിടെ കടുത്ത പ്രതിസന്ധികളിൽ പെട്ടുഴലുന്ന ലക്ഷക്കണക്കിനാളുകളുണ്ട്. പക്ഷേ, അവർക്ക് സ്വന്തം അവസ്ഥ ലോകത്തോട് വിളിച്ചുപറയാൻ അനേകം മാർഗ്ഗങ്ങളുണ്ട്. അവർക്ക് പ്രതിഷേധിക്കാനാവും... സംഘടിക്കാനാവും... സമരം ചെയ്യാ

നാവും... പക്ഷേ, അങ്ങാടിക്കുരുവികൾക്കോ? അതുകൊണ്ട് പക്ഷികളുടെ സമരം നമ്മൾ ഏറ്റെടുത്തേ പറ്റൂ..." അലി വിശദീകരിച്ചു.

"എന്തു ഭാവിച്ചാ നീയിങ്ങനെ? സിംകാർഡ് പോലുമില്ലാതെ നിനക്കെങ്ങനെ കാര്യങ്ങൾ മുന്നോട്ടു കൊണ്ടുപോകാനാവും?" കൂട്ടുകാർ ചോദിച്ചു. "നീയെങ്ങനെ ഇന്റർനെറ്റ് ഉപയോഗിക്കും? എങ്ങനെ കോഴ്സ് കംപ്ലീറ്റ് ചെയ്യും?"

"ഇതൊന്നും ഇല്ലാതിരുന്ന കാലത്ത് ആളുകൾ എഞ്ചിനീയറിങ് പഠിച്ചില്ലേ? ജയിച്ചില്ലേ?" അലി ചോദിച്ചു.

"എങ്കിൽ നിന്റെ കൈയിൽ ആകെയുള്ള ആ പഴയ ലാപ്ടോപ് കൂടി എങ്ങോട്ടെങ്കിലും വലിച്ചെറിഞ്ഞേക്ക്." കൂട്ടുകാർ നീരസം പുറത്തുകാട്ടി.

"നീ ശരിക്കുമൊരു ഫൂൾ തന്നെയാണ്." കാര്യങ്ങൾ കേട്ടറിഞ്ഞ് പ്രത്യക്ഷപ്പെട്ട അലിയുടെ കാമുകിയായ ഹസീന പൊട്ടിത്തെറിച്ചു.

"നോക്ക് ഹസീന നീ ഞാൻ പറയുന്നത് മനസ്സിലാക്കാൻ ശ്രമിക്ക്." അലി കാമുകിയെ തണുപ്പിക്കാൻ നോക്കി.

"എനിക്കൊന്നും കേൾക്കണ്ട... ഇത് ഭ്രാന്തല്ലാതെ പിന്നെന്താണ്?" ഹസീന തുടർന്നു. "നിന്റെ ഉപദേശം കേട്ട് നോൺവെജായിരുന്ന ഞാൻ ഫുൾടൈം വെജ് ആയി മാറിയത് ശരിതന്നെ. പക്ഷേ, ഇത് അതുപോലെയാണോ? മൊബൈൽ, ലാപ്ടോപ്, ഇന്റർനെറ്റ്, എല്ലാം എന്നെന്നേക്കുമായി ഉപേക്ഷിക്കാൻ ആർക്കാണ് ഭ്രാന്ത്? ഏതോ ചില പക്ഷികളുടെ കാര്യത്തിന്..."

"പക്ഷേ, ഹസീന നിനക്ക് കാര്യങ്ങൾ മനസ്സിലാക്കാൻ കഴിയാഞ്ഞിട്ടാ" അലി വിശദീകരിക്കാൻ നോക്കി.

"ഈ ലോകത്ത് കാര്യങ്ങൾ മനസ്സിലാകുന്ന ഒരേയൊരാൾ നീ മാത്രമാണല്ലോ?" ഹസീനയ്ക്ക് സ്വയം നിയന്ത്രിക്കാനായില്ല.

"ഒരു കാര്യം പറഞ്ഞേക്കാം. നീ ഈ തീരുമാനം മാറ്റിയില്ലെങ്കിൽ നമ്മുടെ ഫ്രണ്ട്ഷിപ്പ് അവസാനിച്ചെന്നു കൂട്ടിക്കോ."

"പക്ഷേ, ഇതും ഫ്രണ്ട്ഷിപ്പും തമ്മിലെന്തു ബന്ധം?"

"തീരുമാനം മാറ്റാൻ നീ തയ്യാറാണോ."

"അല്ല."

"ഒന്നുകൂടി ആലോചിക്ക്."

"ആലോചിച്ചു തന്നെയാ.."

"എങ്കിൽ ഗുഡ്ബൈ. ഇനിയെന്നെ ശല്യം ചെയ്യാൻ വന്നേക്കരുത്."

"അപ്പോ ഇതുവരെ നിന്നെ ശല്യം ചെയ്യുകയായിരുന്നോ ഞാൻ?"

"സോറി. ഇനി നമ്മൾ സംസാരിച്ചിട്ട് കാര്യമില്ല."

"പഴയ തലമുറ പോലും ഇങ്ങനെ ചിന്തിക്കില്ല." ഹോസ്റ്റൽ വാർഡൻ അലിയെ ഉപദേശിച്ചു. "വർഷം തോറും പക്ഷിപ്പനി വന്ന് എത്രയോ പക്ഷികൾ ചത്തൊടുങ്ങുന്നു? മാത്രമല്ല മൊബൈൽ ടവർ പക്ഷികളെ പ്രതികൂലമായി ബാധിക്കുന്നുണ്ടെന്ന് ശാസ്ത്രീയമായി തെളിയിക്കപ്പെട്ടിട്ടുണ്ടോ?

ഉണ്ടെങ്കിൽ തന്നെ നീയൊരാൾ മാത്രം എല്ലാം ഉപേക്ഷിച്ചതുകൊണ്ടെന്തു സംഭവിക്കാൻ? ഇത് നിന്റെയൊരു പിടിവാശിയാവരുത്." വാർഡൻ പറഞ്ഞു.

എല്ലാവരും തന്റെ നിലപാടിനോട് വിയോജിപ്പ് പ്രകടിപ്പിക്കുന്നുണ്ടെങ്കിലും അവരൊക്കെ തന്നെ മനസ്സിലാക്കുന്നുണ്ടെന്ന് അലി വിശ്വസിച്ചു. ഉള്ളിന്റെയുള്ളിൽ എല്ലാവരും തന്നെപ്പോലെ തന്നെ പക്ഷികളുടെ ഭാഗത്തുതന്നെയാണെന്ന് അലിക്കറിയാം. എന്നാൽ അവർ പ്രായോഗികമായ വഴി തെരഞ്ഞെടുക്കുന്നു.

സ്വന്തം കാര്യം നോക്കി ജീവിക്കാൻ നോക്കുന്നു. പരിപൂർണ്ണതകൾ തേടിപ്പോകാൻ അവർ ഭയപ്പെടുന്നു. അപകടം പിടിച്ച വഴികൾ ഒഴിവാക്കുന്നു. എല്ലാവരേയും പോലെ സാധാരണമട്ടിൽ ചിന്തിക്കാനും പ്രവർത്തിക്കാനും അലിയെ ഉപദേശിക്കുമ്പോഴും അലിയുടെ ശക്തവും ആത്മാർത്ഥവുമായ നിലപാടുകളെ എല്ലാവരും രഹസ്യമായി ആരാധിച്ചു. സ്വയം മഹത്വവല്ക്കരിക്കാൻ വേണ്ടി അവൻ വേഷം കെട്ടുകയല്ലെന്ന് അവർ തിരിച്ചറിഞ്ഞു.

രണ്ട് മാസങ്ങൾക്കുശേഷം കടന്നുവന്ന ക്രിസ്മസ് വെക്കേഷന് അലി സലിം തന്റെ നാട്ടിലേക്ക് പോയി.

നാട്ടിൽ നാലഞ്ചു ദിവസങ്ങൾ ചെലവിട്ടു കഴിഞ്ഞപ്പോൾ അലി പ്രധാനപ്പെട്ട ചില തീരുമാനങ്ങൾ എടുത്തു.

"ഒടുവിൽ ഞാനെന്റെ പിടിവാശി ഉപേക്ഷിക്കുന്നു. തന്റെ പുതിയ മൊബൈൽ ഫോണിലൂടെ അലി തന്റെ കൂട്ടുകാർക്ക് സന്ദേശങ്ങളയച്ചു. "പക്ഷികളെ വേണ്ടാത്ത ലോകത്ത് എന്തിനവ ജീവിച്ചിരിക്കണം?"

കൂട്ടുകാർക്ക് അവന്റെ കാമുകി ഹസീനയെക്കുറിച്ചറിയാനായിരുന്നു തിടുക്കം. "നീ ഹസീനയെ വിളിച്ചോ? അവൾ എന്തു പറഞ്ഞു? ഹസീന വീണ്ടും ചിക്കൻ തീറ്റ ഉപേക്ഷിക്കേണ്ടി വരുമല്ലോ?"

"പക്ഷേ, ഞാനവളെ ഇനി വിളിച്ചിട്ടു വേണ്ടേ?"

"ഇനിയെന്താടാ പ്രശ്നം. നീ നിലപാട് മാറ്റിയല്ലോ?"

"കുഞ്ഞുകിളികളെ പോലും സ്നേഹിക്കാനാവാത്ത അവൾക്കെങ്ങനെ ഒരു നല്ല കാമുകിയാവാനാകും? അങ്ങനെയൊരാളെ പ്രണയിച്ചിട്ടെന്തു കാര്യം?"

വലിച്ചെറിഞ്ഞവ

സർക്കാർ എഞ്ചിനീയറിങ് കോളേജിൽ പഠിക്കുന്ന സാബിത്ത് പെട്ടെന്ന് കടന്നുചെന്ന് സ്വാശ്രയ എഞ്ചിനീയറിങ് വിദ്യാർത്ഥിനിയായ സീനയോട് ഒറ്റശ്വാസത്തിൽ പ്രണയാഭ്യർത്ഥന നടത്തി.

"സോറി എനിക്ക് ഇയാളെ ഇഷ്ടപ്പെടാനാവില്ല." പരിഭ്രമം പുറത്തു കാട്ടാതെ സീന പറഞ്ഞു.

"സാരമില്ല. പക്ഷേ, എനിക്ക് സീനയെ ഇഷ്ടമാണ്." വർഷങ്ങളായി പരിചയമുള്ള പോലെ സാബിത്ത് പറഞ്ഞു. "നീ എന്റെ മനസ്സിൽ ഉണ്ടാവും. എന്നും."

"പക്ഷേ, എനിക്ക് ഇയാളെ ഇഷ്ടപ്പെടാനാവില്ല. ഒരു സാഹചര്യത്തിലും." സീനയുടെ സ്വരം ദൃഢമായിരുന്നു.

"ഓക്കെ.... എനിക്ക് മനസ്സിലായി. ബട്ട് ഐ ലവ് യു. ദാറ്റ്സ് ഓൾ" – സാബിത്ത് പറഞ്ഞു. സീനയുടെ മനസ്സിലെ കാമുകചിത്രത്തിന് പുറത്തായിരുന്നു സാബിത്ത്. താൻ താലോലിക്കുന്ന ഒന്നും സാബിത്തിൽ അവൾക്ക് കണ്ടെത്താനായില്ല. പക്ഷേ, ആ പ്രണയാഭ്യർത്ഥന സീനയ്ക്ക് മറക്കാനായില്ല. എത്ര ശ്രമിച്ചിട്ടും. അന്നുരാത്രി അവൾക്ക് ഉറങ്ങാൻ കഴിഞ്ഞില്ല. സാബിത്തിന്റെ വാക്കുകൾ എന്തുകൊണ്ടോ അവളെ തട്ടിയുണർത്തിക്കൊണ്ടിരുന്നു. ഒരു ദുഃസ്വപ്നം പോലെ...

"അവന്റെ പ്രണയം അവന്റെ മനസ്സിലല്ലേ, അത് അവിടെയിരിക്കട്ടെ. നിനക്കെന്ത് പ്രശ്നം?" സീനയുടെ കൂട്ടുകാരി ചോദിച്ചു. സീനയുടെ ഏട്ടൻ സാബിത്തിനെ കണ്ടുപിടിച്ച് ഭീഷണി മുഴക്കി.

"സീന പറഞ്ഞപ്പോൾ തന്നെ എനിക്ക് കാര്യം മനസ്സിലായല്ലോ. അതിനുശേഷം ഞാനവളെ ശല്യം ചെയ്യാൻ വന്നോ? പിന്നെന്തായിത്ര പ്രശ്നം?" സാബിത്ത് ചോദിച്ചു.

"പക്ഷേ, നിനക്കവളെ..."

"ഞാനവളെ പ്രണയിക്കുന്നുണ്ട്. അത് സത്യമാണ്. പക്ഷേ, അതും പറഞ്ഞ് ഞാനവളെ ശല്യം ചെയ്യില്ല. ഒരിക്കലും. പക്ഷേ, ഞാനവളെ പ്രണയിക്കുന്നു. അതെന്റെ സ്വാതന്ത്ര്യമാണ്."

"കേൾക്ക് സീന." ഏട്ടൻ അവളെ ഉപദേശിച്ചു. "അവൻ നിന്റെ ഒരു ആരാധകനാണെന്ന് കരുതിക്കോ. കാര്യം തീർന്നില്ലേ? അവനങ്ങനെ നടക്കട്ടെ. അതവന്റെ ഭ്രാന്ത്."

"പക്ഷേ, എനിക്ക് ഉറക്കം വരുന്നില്ല." സീന പറഞ്ഞു.

"ലക്ഷക്കണക്കിന് ആരാധകരുള്ള സിനിമാനടികൾ ഉറങ്ങുന്നതോ?"

"പക്ഷേ, എനിക്ക് കഴിയുന്നില്ല."

"ശരിക്കുള്ള കിറുക്ക് അവനല്ല. നിനക്കാണ്." ഏട്ടൻ പറഞ്ഞു.

"ദുരുദ്ദേശ്യത്തോടെ തുറിച്ചു നോക്കിയാൽ കൂടി കേസെടുക്കാനാവും. തെളിവുണ്ടെങ്കിൽ. പക്ഷേ, ഇവിടെ ദുരുദ്ദേശ്യമെവിടെ?" സീനയുടെ ബന്ധുവായ വക്കീൽ ചോദിച്ചു.

"അയാൾ നിന്നെ പ്രണയിക്കുന്നു. പക്ഷേ, ശല്യം ചെയ്യാൻ ശ്രമിച്ചിട്ടേയില്ല. കേസ് ജയിക്കാൻ വേണ്ടി പോലും കളവ് പറയാൻ നീ തയ്യാറുമല്ല."

"പക്ഷേ, അയാളെ എനിക്ക് ഇഷ്ടമല്ല." സീന പറഞ്ഞു.

"ശരിയായിരിക്കാം. പക്ഷേ, ഇഷ്ടമല്ലാത്തവർക്കെതിരെയൊക്കെ കേസ് കൊടുക്കാനാവുമോ?" വക്കീൽ ചോദിച്ചു.

"പക്ഷേ, എനിക്ക് ഉറങ്ങാനാവുന്നില്ല."

"അത് നിന്റെ പ്രശ്നമാണ്. നിയമ പ്രശ്നമല്ല."

"പക്ഷേ, അങ്കിൾ..."

"കോടതിയിൽ ഈ കേസുമായി ചെന്നാൽ ആളുകൾ എനിക്ക് കിറുക്കാണെന്ന് പറയും."

"പക്ഷേ..."

"സോറി."

"നോക്ക് സീന എനിക്കു തോന്നുന്നത് നീ സാബിത്തിനെ പ്രണയിക്കാൻ തുടങ്ങുകയാണെന്നാണ്. നീ പോലും അറിയാതെ." സീനയുടെ കൂട്ടുകാരി പറഞ്ഞു. "അല്ലെങ്കിൽ എന്തിനാ നീ ഇത്രേം ബേജറാവുന്നത് ഒരു ചെറിയ കാര്യത്തിന്?"

"പക്ഷേ, എന്റെ മനസ്സിൽ അങ്ങനെയെന്തെങ്കിലും ഉണ്ടെങ്കിൽ ഞാനയാളെ ഒഴിവാക്കാൻ ശ്രമിക്കോ?"

"പക്ഷേ, എങ്കിൽ പിന്നെ നീ ഉറക്കം കളയുന്നതെന്തിന്?"

"നോക്ക്, ഇത് ശരിക്കും നിന്റെ പ്രശ്നമാണ്. ഒരു കാര്യം ചെയ്യ്. നീ പെട്ടെന്നൊരു മനഃശാസ്ത്രജ്ഞനെ കാണാൻ നോക്ക്." കൂട്ടുകാരി ഉപദേശിച്ചു.

"ഹിപ്നോട്ടിസത്തിൽ വിശ്വാസമുണ്ടോ?" മനഃശാസ്ത്രജ്ഞൻ ചോദിച്ചു.

"ഉണ്ട്." സീന പറഞ്ഞു.

"എങ്കിൽ രണ്ടുമൂന്ന് സെഷനുകൾ കൊണ്ട് നമുക്ക് പ്രശ്നം പരിഹരിക്കാം." മനഃശാസ്ത്രജ്ഞൻ തന്റെ വാക്ക് പാലിച്ചു. സാബിത്ത് സംഭവം

ഇപ്പോൾ തന്നെ അലട്ടുന്നില്ലെന്നും തനിക്ക് സുഖമായി ഉറങ്ങാൻ കഴിയുന്നുണ്ടെന്നും സീന സമ്മതിച്ചു.

ഇത്രയും സംഭവങ്ങൾ എല്ലാവർക്കും അറിവുള്ളതാണ്. എന്നാൽ, പിന്നീട് സീന പറഞ്ഞ കാര്യങ്ങൾക്ക് വിശ്വാസ്യത ഉണ്ടായിരുന്നില്ല. ഒരു പക്ഷേ, അവളുടെ വെറുമൊരു തോന്നൽ മാത്രമാകാം – എല്ലാം.

"എന്നാൽ മാസങ്ങൾക്കുശേഷം സാബിത്തിനെ യാദൃച്ഛികമായി കണ്ടുമുട്ടിയതോടെ പ്രശ്നം പഴയ പടി തിരിച്ചുവന്നു. സീന പറയുന്നു. "എനിക്ക് വീണ്ടും ഉറക്കം നഷ്ടപ്പെടാൻ തുടങ്ങി. ഒടുവിൽ പ്രശ്നം സ്വയം പരിഹരിക്കാൻ ഞാൻ തീരുമാനിച്ചു. ഒരു കടുത്ത പ്രവൃത്തിക്ക് പ്ലാനിട്ടു.

"രാത്രി കുറേ ചെന്നപ്പോൾ ഞാൻ എന്റെ കാർ സ്റ്റാർട്ടാക്കി സാബിത്തിനോട് വരാൻ പറഞ്ഞ ഇടം ലക്ഷ്യമാക്കി നീങ്ങി, കോളേജിന്റെ പിൻഭാഗത്തുകൂടി കടന്നുപോകുന്ന ഇടുങ്ങിയ പാതയോരത്തെ കൂറ്റൻ പൂമരത്തിൽ ചാരി നിന്ന സാബിത്ത് കൂടുതൽ സൗമ്യനായി തോന്നിച്ചു. പെട്ടെന്ന് എന്റെ തലച്ചോറിൽ മേഘലങ്ങൾക്ക് തീപിടിച്ചു. വാതിൽപ്പാളിക്കിടയിൽ ചതഞ്ഞമരുന്ന പല്ലിയുടെ പിടച്ചിൽ അതെന്നെ ഓർമ്മപ്പെടുത്തി. ഏതോ ലഹരി സിരകളെ ത്രസിപ്പിച്ചു. ഞാൻ കാറിന്റെ വേഗം കൂട്ടി. കാർ പൂമരത്തിലേക്ക് കുതിച്ചു.

പിടഞ്ഞുകൊണ്ടിരുന്ന സാബിത്തിന്റെ കൈയിൽ എന്റെ നോട്ടം തറച്ചു. അവന്റെ ഉള്ളംകൈയിൽ എന്നെ രേഖപ്പെടുത്തിയിരുന്നു. എനിക്കരിശം കൂടി. പച്ച കുത്തിയിരുന്ന അവന്റെ കൈയിലേക്ക് പെട്രോൾ ഒഴിച്ച് കത്തിക്കുമ്പോൾ ഞാൻ പരിസരം മറന്ന് ഭ്രാന്തമായി ചിരിക്കുന്നത് ഇപ്പോഴും എനിക്ക് ഓർമ്മയുണ്ട്. പക്ഷേ, നിങ്ങളൊക്കെ പറഞ്ഞുകേട്ട മറ്റുപലതും എന്റെ ഓർമ്മയിൽ ഇല്ലാത്തവയാണ്. അതൊന്നും എനിക്ക് വിശ്വസിക്കാനോ ഓർത്തെടുക്കാനോ ആവുന്നില്ല."

രണ്ട്

സീനാ, നീയിപ്പോഴും വിശ്വസിച്ചുകൊണ്ടിരിക്കുന്ന കഥയിൽ യാഥാർത്ഥ്യമായുള്ളത് എന്റെ പ്രണയം നീ ഒരിക്കൽ നിരസിച്ചു എന്നതുമാത്രമാണ്. എന്റെ ഹൃദയത്തിലേക്ക് കാറോടിച്ചു. കയറ്റിയെന്നത് നിന്റെ തോന്നൽ മാത്രമാണ്. ഇപ്പോൾ ശരിക്കും ഞാൻ മുന്നിലാണ്. നിനക്കെന്നല്ല. ആർക്കും എന്നെ കാണാനാവില്ലെന്നുമാത്രം. പക്ഷേ, നിനക്ക് ഞാൻ പറയുന്നത് കേൾക്കാനാവും. ഒരുപക്ഷേ, മറ്റാർക്കും അതും സാദ്ധ്യമല്ല.

ഞാൻ നിന്നോട് പ്രണയാഭ്യർത്ഥന നടത്തുമ്പോൾ നമ്മൾ വിദ്യാർത്ഥികളായിരുന്നു. ഒരേ നഗരത്തിൽ... എങ്കിലും രണ്ട് കോളേജുകളിൽ... വീണ്ടും നമ്മൾ ഒരേ ഐ ടി നഗരത്തിൽ എത്തിപ്പെട്ടു. രണ്ട് സ്ഥാപനത്തിൽ നമ്മൾ ഒരേ ജോലി ചെയ്തു. ഇടയ്ക്ക് യാദൃച്ഛികമായി എവിടെയൊക്കെയോ വെച്ച് കണ്ടുമുട്ടി.

പ്രണയ നഗരമെന്നുകൂടി പേരുള്ള ആ തലച്ചോർ നഗരത്തിൽ നിന്ന് തന്നെ നീ നിന്റെ കാമുകനെ കണ്ടെത്തി. ദിവസവും പുതിയ ഫാഷനു

കൾക്കൊപ്പം മാറിക്കൊണ്ടിരുന്ന നീ ബോളിവുഡ് താരത്തിന്റെ ഛായയുള്ള അമിതിനെ കാമുകനായി തെരഞ്ഞെടുത്തത് സ്വാഭാവികമാകാം.

ഒടുവിൽ നീ അമിതുമായി പിണങ്ങിയതും ഞാനറിഞ്ഞിരുന്നു. നിങ്ങൾക്കിടയിൽ എന്താണ് സംഭവിച്ചതെന്ന് നിന്റെ അടുത്ത് സുഹൃത്തുക്കൾക്കു തന്നെയും അറിയുമായിരുന്നില്ല. പക്ഷേ, ആ പ്രണയനഷ്ടം നിന്നെ ഒരുപാട് മാറ്റി. അത്തരം കാര്യങ്ങൾക്ക് ഇനി പ്രാധാന്യമുണ്ടെന്ന് തോന്നുന്നില്ല. പക്ഷേ, ഒരു കാര്യം നീ തിരിച്ചറിയുകതന്നെ വേണം. അക്ഷരാർത്ഥത്തിൽ അമിതാണ് നിന്റെ ഹൃദയത്തിലേക്ക് കാറോടിച്ചത്. മാധ്യമങ്ങൾ അത് പ്രാധാന്യത്തോടെ റിപ്പോർട്ട് ചെയ്തിരുന്നു.

എല്ലാം ഒന്നോർത്തു നോക്ക് സീന... അന്ന് വൈകുന്നേരം ഏറെ വൈകിയാണ് നീ ബസ് സ്റ്റോപ്പിൽ എത്തിയത്. പക്ഷേ, ഏത് സാഹചര്യത്തിലാണ് നീ വീണ്ടും അമിതിന്റെ കാറിൽ കയറിതെന്ന് വിശദീകരിക്കാൻ നിനക്കേ കഴിയൂ... നിങ്ങൾ തമ്മിലുള്ള പിണക്കം തീർന്നിരുന്നില്ലെന്ന് അമിതിന്റെ കൂട്ടുകാർ കോടതിയിൽ മൊഴി നല്കിയിരുന്നു. നമ്മൾ ഓർക്കാനിഷ്ടപ്പെട്ടാലും ഇല്ലെങ്കിലും വസ്തുതകൾ വസ്തുതകൾ തന്നെയാണ്.

ഓടിക്കൊണ്ടിരുന്ന കാറിനുള്ളിൽ മൂന്ന് മണിക്കൂറോളം അമിതും കൂട്ടുകാരും നിന്റെ ശരീരം പങ്കിട്ടു.

ഒടുവിൽ അബോധാവസ്ഥയിലായ നിന്നെ ഉടുതുണി പോലുമില്ലാതെ ഒറ്റപ്പെട്ട കുറ്റിക്കാട്ടിലേക്ക് തള്ളിയിടുന്നതിനിടെ പെയ്തിരുന്ന മഴയിൽ നിനക്ക് ബോധം തിരിച്ചുകിട്ടി. നിലവിളിക്കാൻ തുടങ്ങിയ നിന്റെ ശരീരത്തിലേക്ക് കാറോടിച്ച് കയറ്റിയത് അമിത് തന്നെയാണെന്ന് അമിതിന്റെ കൂട്ടുകാർ മൊഴി നല്കി. പക്ഷേ, ഏറ്റവും വലിയ തെളിവുകൾ, പ്രത്യേകിച്ച്, കാറിനുള്ളിൽ സംഭവിച്ച കാര്യങ്ങൾ നീ തന്നെ പറയുന്നത് കേൾക്കാനാണ് കോടതി കാത്തിരിക്കുന്നത്; മാധ്യമങ്ങൾ ഉറ്റുനോക്കുന്നത്. നീയിങ്ങനെ ശൂന്യതയിലേക്ക് തുറിച്ചുനോക്കിയിരിക്കുമ്പോൾ എനിക്ക് മനസ്സിലാവുന്നത് നീ എല്ലാം ഓർക്കുന്നുണ്ടെന്ന് തന്നെയാണ്. നീ ആരെയാണ് ഭയപ്പെടുന്നത്? എന്തിൽ നിന്നാണ് ഒളിച്ചോടാൻ ശ്രമിക്കുന്ന്? ഇപ്പോഴത്തെ നിലയിലേക്കെങ്കിലും നിനക്ക് എത്തിച്ചേരാൻ കഴിഞ്ഞത് മാസങ്ങൾ നീണ്ട ചികിത്സയ്ക്കു ശേഷമാണ്. "പ്രണയമേ..." എന്ന് അലറിവിളിച്ചുകൊണ്ട് മുറി തുറന്ന് നീ പുറത്തേക്ക് ഓടിയപ്പോഴൊക്കെ വല്ലാത്ത ഭയം തോന്നിയിരുന്നു.

പഴയതൊക്കെ ഓർമ്മ വരുന്നു.... ഞാൻ കാണാൻ തുടങ്ങുമ്പോഴേ മേനിയഴക് വിശദമാക്കുന്ന ഫാഷൻ വസ്ത്രങ്ങളാണ് നീ അണിഞ്ഞിരുന്നത്. പക്ഷേ, അത്തരം വേഷങ്ങൾ നിന്നെ സെക്സിയാക്കിയിരുന്നില്ല. കാരണം, നിന്റെ കണ്ണുകളായിരുന്നു. ആത്മാവിന്റെ ആഴങ്ങളിൽ തുടർച്ച തേടുന്ന നിന്റെ കണ്ണുകൾ.

കോളേജ് സ്റ്റേജിൽ പാട്ടുപാടി നില്ക്കുന്ന നിന്നെയാണ് ഞാൻ ആദ്യം കാണുന്നത്. നിന്റെ ശബ്ദവും ആത്മാവിലേക്ക് പിടിച്ചെടുക്കുന്നതായിരുന്നു. പഴയ ആ മെലഡി – 'പ്രണയമേ നീ എവിടെയാണ്.' സാന്ദ്രമായി അന്വേഷിക്കുന്ന ആ പാട്ട് തെരഞ്ഞെടുത്ത നിനക്കെങ്ങനെയാണ്

ത്രസിപ്പിക്കുന്ന ഫാഷൻ വസ്ത്രങ്ങൾ ഇണങ്ങുക? അന്നൊക്കെ ഞാൻ അത്ഭുതപ്പെട്ടിരുന്നു... ഒടുവിൽ നീ അമിതിനെ കാമുകനായി തെരഞ്ഞെടുത്തപ്പോഴും എനിക്കതേ പൊരുത്തക്കേട് തോന്നിയിരുന്നു. സമ്മതിക്കുന്നു – നിങ്ങൾ ഒരുമിച്ച് നിന്നാൽ പരസ്യ മോഡലുകളെ പിന്നിലാക്കുന്ന 'മെയ്ഡ് ഫോർ ഈച്ച് അദർ ലുക്ക്' ഉണ്ടായിരുന്നു. പക്ഷേ, നീ ഇപ്പോഴതൊക്കെ മറക്കാൻ ഇഷ്ടപ്പെടുന്നുണ്ടാവാം. പക്ഷേ, ഒന്നും ഓർമ്മയിൽ ഇല്ലെന്നു പറഞ്ഞാൽ വിശ്വസിക്കാനാവില്ല. എങ്കിലും നീ ബോധപൂർവ്വം നാടകം കളിക്കില്ലെന്നറിയാം.

ഓർക്കാപ്പുറത്ത് ഭ്രാന്തമായി നിലവിളിച്ച് ഇടനാഴിയിലൂടെ ഓടിയ നിന്റെ ഓരോ ചലനവും സത്യസന്ധമായിരുന്നു. അതേ സ്വാഭാവികത നിന്റെ ഇപ്പോഴത്തെ നിലപാടിനുമുണ്ടാവും. പക്ഷേ, ഇപ്പോൾ വേണ്ടത് അതല്ല.

മൂന്ന്

നോക്ക് സീന ഇനിയെങ്കിലും നീ യാഥാർത്ഥ്യങ്ങൾ അംഗീകരിക്കാൻ തയ്യാറാവണം. നിന്റെ ഏട്ടൻ എന്ന നിലയ്ക്ക് ഞാൻ പറയുന്നതെങ്കിലും നീ വിശ്വസിക്കണം. സാബിത്തിനെ ആദ്യമൊക്കെ നീ വല്ലാതെ അവഗണിച്ചിരുന്നു എന്നത് ശരി തന്നെയാണ്. പക്ഷേ, പിന്നീട് നീ അവനോടുള്ള നിലപാട് മാറ്റി. നാട്ടിൻപുറത്തുകാരനായ സാബിത്തിന്റെ മനസ്സിലെ ചില പച്ചപ്പുകൾ നിനക്ക് ഇഷ്ടമായിരുന്നു. എന്നാൽ സാധാരണ മട്ടിലുള്ള വസ്ത്രധാരണവും ഗ്രാമ്യ ഭയങ്ങളും പിടിവാശികളും നിനക്ക് ഇഷ്ടമായിരുന്നില്ല.

നീ അവനുമായി കൂടുതൽ അടുക്കാൻ തുടങ്ങിയപ്പോൾ അവന്റെ ഗ്രാമ്യതകളെ ഒന്നാകെ നീ വെറുക്കാൻ തുടങ്ങി. ആയിടയ്ക്കാണ് അമിത് നിന്റെ ജീവിതത്തിലേക്ക് കടന്നുവന്നത്. വളരെ പെട്ടെന്ന് നീ അമിതുമായി അടുത്തു. സാബിത്തിനെ നീ ഒഴിവാക്കാൻ നോക്കി.

അമിതിന് വന്യമായ ഒരു മുഖമുണ്ടെന്ന് തിരിച്ചറിഞ്ഞതോടെ നീ വീണ്ടും ഫെയ്സ് ബുക്കിലൂടെ സാബിത്തിലേക്ക് തിരിച്ചെത്താൻ ശ്രമം തുടങ്ങി. നിന്റെ അവഗണന താങ്ങാനാവാതെ അടുത്ത നഗരത്തിലേക്ക് പലായനം ചെയ്തിരുന്ന സാബിത്ത് തിരിച്ചെത്തിയപ്പൾ നീ വലിയ പ്രതീക്ഷയിലായിരുന്നു.

അപകടം മണത്തറിഞ്ഞ അമിത് സാബിത്തിന്റെ കാറിനുള്ളിൽ തന്നെ അവനെ അവസാനിപ്പിച്ചു. സാബിത്തിന്റേത് ആത്മഹത്യയാണെന്ന പൊലീസ് തിയറി തെറ്റാണെന്ന് തെളിയിക്കാൻ നീ ശ്രമിച്ചു തുടങ്ങിയപ്പോഴാണ് അമിത് നിനക്കെതിരെ കെണി ഒരുക്കിയത്.

നോക്ക് സീന, ഒടുവിൽ ഇന്നലെകൾ ഓർത്തെടുക്കാനാവാത്ത അവസ്ഥയിൽ നീ കാണപ്പെട്ടു. ഞാൻ ഉറച്ചു വിശ്വസിക്കുന്നത് നിനക്ക് സ്വയം വീണ്ടെടുക്കാനാവുമെന്ന് തന്നെയാണ്. നിനക്കത് കഴിഞ്ഞേ പറ്റൂ. ഇല്ലെങ്കിൽ അമിത് സംശയത്തിന്റെ ആനുകൂല്യമോ തെളിവില്ലായ്മയോ ആഘോഷിച്ച് വീണ്ടും സമൂഹത്തിലേക്ക് ഇറങ്ങും. നോക്ക് സീന സാബി

ത്തിനെ ഓർത്തുള്ള കുറ്റബോധവും നിന്നെ തളർത്തുന്നുണ്ടാവും. പക്ഷേ, നീ സാബിത്തിലേക്ക് മടങ്ങാൻ തുടങ്ങിയ നിമിഷം മുതൽ നീ സ്വയം തിരുത്തുകയായിരുന്നു. നവീകരിക്കാൻ ശ്രമിക്കുകയായിരുന്നു പക്ഷേ,

നാല്

സാബിത്ത് നീ ശരിയായിരുന്നു. നീ മാത്രമായിരുന്നു ശരി. നീ ആഗ്രഹിച്ച സീനയാണ് ഞാനിപ്പോൾ... ഞാൻ ഒരിക്കലും നിന്നെ കുറ്റപ്പെടുത്തില്ല. എനിക്കറിയാം. അവസാന പിടിവള്ളി കൈവിട്ടു പോകുമ്പോൾ... ലാസ്റ്റ് ബസ് കടന്നുപോയെന്ന് കരുതി യാത്ര അവസാനിപ്പിക്കുക! വിഡ്ഢിത്തം തന്നെയാണത്. പക്ഷേ, ചിലപ്പോൾ നമുക്കതേ കഴിയൂ.

ചാരുകസേരയിൽ ഇരുന്ന് തലച്ചോറ് കൊണ്ടുമാത്രം വസ്തുതകളെ നോക്കിക്കാണുന്നവർ നിന്റെ പ്രതികരണത്തെ ബാലിശമെന്നോ വികലമെന്നോ പരിഹസിച്ചേക്കാം. സ്വന്തം ജീവിതം എപ്പോഴും സുരക്ഷിതമായിരിക്കുമെന്ന് കരുതുന്ന വിഡ്ഢികൾ മാത്രമാണവർ.

ഹൃദയത്തെ സത്യസന്ധമായി പിന്തുടരുന്നവർക്ക് നിന്നെ മനസ്സിലാകും. നീ അവൾക്ക് കൊടുത്ത പ്രണയം മടക്കി കിട്ടാത്തതാവില്ല നിന്നെ വേട്ടയാടിയതെന്ന് വാർത്തകളിൽ വ്യക്തമായിരുന്നു. സങ്കീർണ്ണമായ എന്തൊക്കെയോ നിങ്ങൾക്കിടയിൽ കടന്നു വന്നിട്ടുണ്ടാവാം.

അമിതിന്റെ അതേ പതിപ്പായ വൃത്തികെട്ട ആ പെണ്ണിനെ നിന്റെ തീക്ഷ്ണമായ പ്രതികരണം ഒരുതരത്തിലും സ്വാധീനിക്കില്ലെന്ന കാര്യവും തീർച്ചയായും നിനക്ക് അറിയാമായിരുന്നു – അമിതിന്റെ കാര്യത്തിൽ എനിക്ക് അറിയാമായിരുന്നതുപോലെ.

അമിത് എന്നെ വലിച്ചെറിഞ്ഞ് കടന്നുപോയപ്പോഴും എനിക്ക് പിടിച്ചുനില്ക്കാൻ നിന്റെ വിദൂരസാന്നിദ്ധ്യം മതിയായിരുന്നു. നിന്റെ വൈകാരിക പിന്തുണ എനിക്ക് ഉണ്ടാവുമെന്ന വിശ്വാസം മതിയായിരുന്നു.

ക്ഷമിക്കുക, നിന്റെ കാര്യത്തിൽ, നിനക്കൊരു പിൻവിളിയാകുന്ന സ്വാധീനമായി പോലും നിന്റെ മനസ്സിൽ ഇടം നേടാൻ എനിക്കായില്ല. എറ്റവും ഒടുവിൽ സത്യത്തിൽ എനിക്ക് ഭയമായിരുന്നു. എന്തെന്നാൽ മറ്റെല്ലാം കൈവിട്ടു പോയപ്പോഴാണ്. അപ്പോൾ മാത്രമാണ് ഞാൻ ആഗ്രഹിക്കാൻ തുടങ്ങിയത്. നിന്നെ നിന്നിലേക്ക് തിരിച്ചെത്താൻ എന്താണ് ചെയ്യേണ്ടതെന്ന് എനിക്ക് അറിയാമായിരുന്നില്ല.

ഇപ്പോൾ ഏറ്റവും ഒടുവിൽ നിന്നെപ്പറ്റിയുള്ള വാർത്തകളറിഞ്ഞ ശേഷം ഞാൻ തിരിച്ചറിയുന്നുണ്ട്. എന്നെ സംബന്ധിച്ചിടത്തോളവും ലാസ്റ്റ് ബസ് കടന്നുപോയിരിക്കുന്നു. ശൂന്യമായ ഇരുണ്ട വഴിയിൽ എന്നെ തട്ടിതാഴെയിട്ടശേഷം.

മിഡ്നൈറ്റ് ഹോട്ട്

അത്യാഹിതവിഭാഗത്തിൽ സ്വയം എത്തിക്കുന്നതുപോലെയാണ് ബെന്നി എന്ന 19 കാരൻ വിദ്യാർത്ഥി പ്രശസ്ത മനഃശാസ്ത്രജ്ഞനായ ഡോ. കെ യുടെ മുന്നിൽ പ്രത്യക്ഷപ്പെട്ടത്. തനിക്ക് തീവ്രപരിചരണം വേണമെന്നമട്ടിൽ.

മനോരോഗചികിത്സകർ ഉൾപ്പെടെ ഒരുപാട് ഡോക്ടർമാരെ കണ്ടു. എല്ലാവരും ഉറക്കഗുളിക കുറിച്ചു. ഒരു ഗുളികയും ഗുണപരമായ മാറ്റം ഉണ്ടാക്കിയില്ല. ബെന്നിയുടെ ഒറ്റശ്വാസമുഖവുര കേട്ടിരുന്ന ഡോ. കെ ചിന്തിച്ചത് ഇന്റൻസീവ് കെയർ യൂണിറ്റുകളെക്കുറിച്ചാണ്. ഒരു ഫാഷൻ എന്ന നിലയിൽ എവിടെയും ഇന്റൻസീവ് കെയർ യൂണിറ്റുകൾ പ്രസക്തമാണ്.

എത്ര പരിചരണം കൊടുത്താലും മനോരോഗങ്ങൾ മാറാൻ സമയമെടുക്കും. പരിചരണത്തിന്റെ തീവ്രതയ്ക്ക് അവിടെ വലിയ പ്രസക്തിയില്ല. എന്നാൽ, സൂക്ഷ്മത ഏറെ അനിവാര്യമാണ്. തീവ്രമായ ശ്രദ്ധ.

മാനസികപ്രശ്നങ്ങളിലെ കടുത്ത കേസുകൾ എത്തുക മനോരോഗചികിത്സകരുടെ അടുത്താണ്. അത്തരം കേസുകളിൽ മനശാസ്ത്രജ്ഞന് രണ്ടാം റോൾ മാത്രമേയുള്ളൂ. ഷോക്ക് അല്ലെങ്കിൽ കടുത്ത മരുന്ന് ചികിത്സയുടെ ഘട്ടം കഴിഞ്ഞ രോഗിക്ക് ഉൾക്കാഴ്ചയോ ആത്മവിശ്വാസമോ പകരുക. രോഗാവസ്ഥയിൽ നിന്ന് സാധാരണജീവിതത്തിലേക്ക് പുനരധിവസിപ്പിക്കുക.

ആമുഖം കഴിഞ്ഞ് എന്തുപറയണമെന്നറിയാതെ കുഴങ്ങിയ ബെന്നിക്കു മുന്നിൽ ഡോ. കെ ക്ഷമയോടെ കാത്തിരുന്നു.

ഉറക്കം ഞെട്ടിക്കുന്ന സ്വപ്നങ്ങൾ. അതായിരുന്നു ബെന്നിയുടെ പ്രശ്നം, ബീഭത്സസ്വപ്നങ്ങൾ നല്ല ഉറക്കത്തിലേക്കു വീണാലുടനെ മനസ്സിന്റെ സ്ക്രീനിലേക്ക് തള്ളിക്കയറുന്ന അറപ്പുളവാക്കുന്ന ജീവനില്ലാത്ത പെൺശരീരങ്ങൾ. ശ്വാസം മുട്ടിക്കും വിധം അവ വലിച്ചടുപ്പിക്കുന്നു. വരി

ഞ്ഞുമുറുക്കാൻ ശ്രമിക്കുന്നു. കടന്നുവരുന്ന നഗ്നശരീരങ്ങളുടെ ബീഭത്സത മാറുന്നു എന്നതാണ് സ്വപ്നങ്ങൾ തമ്മിലുള്ള വ്യത്യാസം, ശിരസ്സില്ലാത്ത ചോരയൊലിക്കുന്ന പുഴു ചൊരിയുന്ന കത്തിക്കരിഞ്ഞ കൈകാലുകൾ, വെട്ടി മാറ്റപ്പെട്ട, മുഖം നഷ്ടപ്പെട്ട, ചീഞ്ഞുനാറുന്ന, വൃത്തികെട്ട ആവർത്തനങ്ങൾ.

പിന്നെപ്പിന്നെ ഉണർന്നിരിക്കുമ്പോഴും അത് ഓർമ്മയെ അപഹരിക്കാൻ തുടങ്ങി. വിശേഷിച്ച്, തലതിരിഞ്ഞ സി ഡികൾ കാണാൻ തുടങ്ങുമ്പോൾ, അല്ലെങ്കിൽ ഫാഷൻ ചാനലുകളിലേക്ക് മിഡ്നൈറ്റ് ഹോട്ട് ഷോ കണ്ടിരിക്കുമ്പോൾ.

ബെന്നിയെ സംസാരിക്കാൻ അനുവദിച്ചുകൊണ്ട് ഡോ. കെ ഒരു നല്ല കേൾവിക്കാരനായി. അങ്ങനെ നാലഞ്ചു സെഷനുകൾ. ബെന്നിയുടെ വിശ്വാസം നേടിയെടുക്കുന്നതിൽ ഡോ. കെ വിജയിച്ചിരുന്നു. നഷ്ടപ്പെട്ട ഉറക്കം തിരിച്ചു കിട്ടാൻ വേണ്ടി എന്തും ചെയ്യാൻ അവൻ ഒരുക്കമായിരുന്നു. പുറത്ത് കടക്കാൻ വെമ്പി നിന്ന അടിച്ചമർത്തപ്പെട്ട ഒരുപാടു കാര്യങ്ങൾ അവന്റെ ഉള്ളിൽ നിന്നും പുറത്തേക്കൊഴുകി. മനസ്സിലേക്ക് വരുന്നതൊക്കെ അതേപടി പറയാൻ ഡോ. കെ പ്രോത്സാഹിപ്പിച്ചു.

ദുഃസ്വപ്നങ്ങൾ ഉറക്കം കെടുത്തി തുടങ്ങുന്നതിന് മുമ്പുള്ള സെക്സുമായി ബന്ധപ്പെട്ട അവന്റെ അനുഭവങ്ങൾ. ആ കുമ്പസാര രഹസ്യങ്ങളിൽ നിന്ന് ഡോ. കെ വളരെയെളുപ്പം അതു കണ്ടെത്തി. ബെന്നിയുടെ ഉറക്കം കെടുത്തിയ വിചിത്രസ്വപ്നങ്ങളുടെ കാരണം.

കാമ്പസിലും ഹോസ്റ്റലിലും ഏറെ സജീവമായ ഒരു സംഘം. അതിലെ അംഗമാണ് ബെന്നി. ഒഴിവുവേളകൾ ഉല്ലാസകരമാക്കാൻ എന്തൊക്കെ ചെയ്യാനാവുമോ അതൊക്കെ അവർ ചെയ്തിരുന്നു. ലോകത്തിന്റെ ഏതു കോണിലിറങ്ങുന്ന ഏതുതലതിരിഞ്ഞ സി ഡി യും കാണുകയായിരുന്നു അതിലൊന്ന്. എല്ലാ സി ഡിയും ചൂടാറും മുമ്പ് സംഘടിപ്പിക്കുക സംഘനേതാവായ തോമസാണ്. വഴി വിട്ട കാര്യങ്ങൾ ചെയ്തു കൂട്ടാൻ ഒരു പ്രത്യേക കഴിവ് തന്നെ തോമസിനുണ്ട്. സ്കൂൾ വിദ്യാർത്ഥിനിയുടെ വിവാദ സി ഡി പത്രവാർത്തയാകുന്നതിന് മുമ്പേ അവർ പലവട്ടം അത് കണ്ടിരുന്നു. അവർ കണ്ടുമടുത്ത വിദേശ സി ഡികൾക്കു കണക്കില്ല. ഇന്റർനെറ്റിന്റെ എല്ലാ സാദ്ധ്യതകളും അവർ നന്നായി ചൂഷണം ചെയ്തിരുന്നു.

യുവഹൃദയങ്ങളുടെ ഉറക്കം കെടുത്തിയ ഒരു പുതിയ നടിയുടെ അപൂർവ്വ സി ഡിയുമായാണ് അന്ന് തോമസ് എത്തിയത്. നീലമാർക്കറ്റിലെ വമ്പൻ റെക്കാർഡുകൾ തകർത്ത അവളുടെ തന്നെ പഴയ ഒന്നു രണ്ടു സി ഡികൾ അവരുടെ കൈയിൽ സ്റ്റോക്കുണ്ട്. അവയെപ്പോലും വെല്ലുന്നതായിരുന്നു പുതിയ സി ഡി.

തോമസിന്റെ മുറിയിലിരുന്ന് അവരത് കാണാൻ തുടങ്ങി. സിരകളിൽ ചോര ഇരച്ചുകയറുന്ന തീ പാറുന്ന ദൃശ്യങ്ങൾ. അവർക്കൊപ്പം നടക്കുകയും തലതിരിഞ്ഞ കാര്യങ്ങൾ വരുമ്പോൾ വിട്ടുനില്ക്കുകയും ചെയ്യുന്ന ഒരാളുണ്ട്. മത്തായി. അവൻ പെട്ടെന്ന് മുറിയിലേക്ക് വന്നു. "ഇന്നെങ്കിലും വേറെ കാണരുതോ? അവൾ ആത്മഹത്യ ചെയ്ത ദിവസ

മെങ്കിലും." മടങ്ങിപ്പോകുന്നതിനിടെ മത്തായി ചോദിച്ചു. ആ നടി ആത്മഹത്യ ചെയ്ത വിവരം അവർ അറിയുന്നത് അപ്പോഴാണ്. അതവരെ ഞെട്ടിച്ചു. പക്ഷേ, സി ഡി കാണാതിരിക്കാൻ ആ ഞെട്ടൽ പ്രേരണയായില്ല. അല്ലെങ്കിൽ മരിച്ചുപോയ പെണ്ണിന്റെ നഗ്നത കണ്ട് ലഹരി പിടിക്കുന്നതിൽ തെറ്റുണ്ടെന്ന് അവർക്ക് തോന്നിയില്ല.

"ആത്മഹത്യ ചെയ്ത ഒരു പെണ്ണിന്റെ കിടപ്പറ രംഗങ്ങൾ ഭോഗവസ്തുവാക്കിയതിലെ അബോധമായ കുറ്റബോധം അത് സ്വപ്നങ്ങളിൽ ബീഭത്സമായ ശവക്കാഴ്ചകളായി" ഡോ. കെ വിശദീകരിച്ചു.

"അതിൽ കുറ്റബോധം തോന്നാൽ എന്തിരിക്കുന്നു? യു റിലാക്സ് മാൻ" ഡോ. കെ അടുത്ത നിമിഷം ബെന്നിയുടെ ഭാഗം പിടിച്ചു. "തന്റെയൊക്കെ പ്രായത്തിൽ ആരും ഇത്തരം കാര്യങ്ങൾക്കു പുറകെ പോകും."

അതേ ട്രാക്കിൽ ചിന്തിക്കാറുള്ള തോമസിനെയാണ് ബെന്നിക്ക് ഓർമ്മ വന്നത്.

"നമ്മളൊക്കെ സാധാരണ" ആളുകളാണ്. ശരാശരി ഇരുകാലി മൃഗങ്ങൾ." ഡോ. കെ തുടർന്നു ബൈബിൾ, ഖുർ ആൻ, ഭഗവദ്ഗീത.. ഒന്നിനും നമ്മളെ നേർവഴിക്ക് നടത്താനാവില്ല.. ബൈബിൾ പ്രചരിപ്പിക്കുന്ന പാപബോധം അർത്ഥമില്ലാത്ത ഒരു ഏർപ്പാടാണ്. നമുക്കൊരിക്കലും ദൈവങ്ങളെപ്പോലെയാവാനാവില്ല. നമ്മൾ മനുഷ്യരാണ്." ഡോ. കെ എങ്ങോട്ടാണ് പോകുന്നതെന്ന് ബെന്നിക്കുപിടികിട്ടിയില്ല.

"...ഫിലോസഫികൾ... അവയിൽ ഭൂരിപക്ഷവും എഴുപതുകഴിഞ്ഞവർക്കു വേണ്ടിയുള്ളതാണ്. ചെറുപ്പകാലത്തെ സ്വന്തം പരാജയങ്ങൾ ഓർമ്മയിലെത്തുമ്പോൾ ആയാസമില്ലാതെ അവയെ നോക്കിക്കാണാൻ, സ്വന്തം മണ്ടത്തരങ്ങളെ ന്യായീകരിക്കാൻ അവർക്ക് മുടന്തൻ തത്ത്വങ്ങളെ ആശ്രയിച്ചേ കഴിയൂ. അതുകൊണ്ട് അവർ അതൊക്കെ പാടി നടക്കും. യുവാക്കളൊരിക്കലും അങ്ങോട്ടു ശ്രദ്ധിക്കരുത്. ബുദ്ധിസത്തിന്റെ കാര്യം തന്നെയെടുക്കൂ. ചെറുപ്രായത്തിൽ അത് തലയ്ക്കുപിടിച്ചാൽ ചിലപ്പോൾ സ്കിസോഫ്രീനിയയിലാവും ചെന്നെത്തുക. അസ്തിത്വവാദം തലയ്ക്കു കയറിയാൽ വിഷാദരോഗിയാവാൻ വേറൊന്നും വേണ്ട.." ഡോക്ടറുടെ വാക്കുകൾ ബെന്നിയെ അത്ഭുതപ്പെടുത്തി.

"പ്രായം ചെന്നവർ താലോലിക്കുന്ന ഫിലോസഫികളൊക്കെ ഒളിച്ചോടാൻ മാത്രം പ്രേരിപ്പിക്കുന്നവയാണ്. വാസ്തവത്തിൽ, മിക്ക തത്ത്വചിന്തകന്മാരും ഒളിച്ചോട്ടക്കാരാണ്. യാഥാർത്ഥ്യത്തിൽ നിന്ന് ഒളിച്ചോടുന്ന ഒന്നിനും കൊള്ളാത്ത അരക്കിറുക്കന്മാർ. അബോധമായി തന്റേയും മറ്റുള്ളവരുടെയും നാശം ആഗ്രഹിക്കുന്നവർ. അവരുടെ ഫിലോസഫികളിലൂടെ ആർക്കും സ്വയം കണ്ടെടുക്കാനാവില്ല. മനസ്സമാധാനത്തോടെ ജീവിക്കാൻ തന്നെയാവില്ല."

"ലോകം ഒരുക്കി വെച്ചിട്ടുള്ള കെണികളിലൊക്കെ വീണും എണീറ്റും ട്രയൽ ആന്റ് എറർ കളിക്കുന്ന ശരാശരിക്കാർ തന്നെയാണ് ഭേദം. സമൂഹത്തിന് വലിയ ഗുണമുണ്ടാക്കുന്നുണ്ടെന്ന് അവകാശപ്പെടാത്ത അവർ

തെറ്റായ മാതൃകകളെങ്കിലും ഉണ്ടാക്കുന്നില്ല..."

പ്രസംഗം നീണ്ടുപോയപ്പോൾ തന്റെ മുന്നിലെ മനഃശാസ്ത്രജ്ഞന് തോമസിന്റെ മുഖച്ഛായയുണ്ടെന്ന് ബെന്നിക്ക് തോന്നി. "എന്താ ഞാൻ പറഞ്ഞതിനോട് യോജിക്കാനാവുന്നില്ലേ? മനുഷ്യനെന്നു പറഞ്ഞാൽ സ്വാർത്ഥത മാത്രം കൈമുതലായുള്ള ഒരു ജന്തുവാണ്. അല്ലാതെ വലിയ സംഭവമൊന്നുമല്ല."

എന്തോ ഓർത്തതുപോലെ ഡോ. കെ പെട്ടെന്ന് നിശ്ശബ്ദനായി. പിന്നെ തന്റെ മേശപ്പുറത്ത് കിടന്ന പത്രം കൈയിലെടുത്ത് അതിലെ ഒരു വാർത്തയിലേക്ക് ബെന്നിയുടെ ശ്രദ്ധ ക്ഷണിച്ചു:

ദുരിതാശ്വാസകേന്ദ്രങ്ങളിൽ ബലാൽസംഗം, കൊല, കൊള്ള

ന്യൂ ഓർലീൻസ്, അമേരിക്കയിൽ കട്രീന കൊടുങ്കാറ്റ് ദുരന്തത്തിൽ നിന്ന് രക്ഷപ്പെട്ട ആയിരങ്ങൾ അഭയം പ്രാപിച്ച ന്യൂ ഓർലീൻസിലെ ദുരിതാശ്വാസകേന്ദ്രങ്ങളിൽ ബലാൽസംഗം, കൊല, കൊള്ള.

ഒരു ക്യാമ്പിൽ സ്ത്രീകളും കുട്ടികളുമുൾപ്പെടെ 22 ജഡങ്ങൾ കണ്ടെത്തി. രണ്ടു കേന്ദ്രങ്ങളിലും സ്ത്രീകൾക്ക് കുളിമുറിയിൽ തനിച്ചു പോകാനാവില്ല. ചില യുവതികൾ മാനഭംഗത്തിനിരയായി. ചിലരെ മാനഭംഗശേഷം കഴുത്തറുത്തു കൊന്നു. ഒരു ബാലികയെ കുളിമുറിയിൽ മാനഭംഗപ്പെടുത്തി കൊന്ന അക്രമിയെ ആളുകൾ പിടികൂടി തല്ലിക്കൊന്നു. മാനഭംഗത്തിനിരയായ ഒരു യുവതി അലറിക്കരഞ്ഞപ്പോൾ അക്രമി അവളെ കുത്തിവീഴ്ത്തി. യുവതിയുടെ കരച്ചിൽ കേട്ട് സൈനികരുടെ സഹായം തേടി തെരുവിലേക്കോടിച്ചെന്ന യുവാവ് സൈനികട്രക്കിന് കൈകാണിച്ചു. നിർത്താതെ നീങ്ങിയ ട്രക്കിന് മുന്നിലേക്ക് ചാടിയ അയാളെ സൈനികർ വെടിവച്ചു.

മാലിന്യങ്ങളും മനുഷ്യവിസർജ്ജ്യങ്ങളും നരകമാക്കിയ ക്യാമ്പുകളിൽ ഭക്ഷണവും വെള്ളവും മരുന്നും കിട്ടാതെ കഴിയുന്നവർ എന്നു സാഹസത്തിനും തുനിയുന്ന നിലയിലാണ്. ഇതിനിടയിലാണ് കൊള്ള നടക്കുന്നത്.

വാർത്തയിലൂടെ കണ്ണോടിച്ചു കഴിഞ്ഞ മാത്രയിൽ ബെന്നി തന്റെ വാച്ചിലേക്ക് അർത്ഥം വെച്ചുനോക്കി. മനഃശാസ്ത്രജ്ഞന് അതും കൃത്യമായി മനസ്സിലായി.

"ശരി. ഓ കെ നമുക്കിവിടെ അവസാനിപ്പിക്കാം." ഡോ. കെ പറഞ്ഞു. എന്തോ മറന്നതുപോലെ ഒരു തുണ്ട് കടലാസെടുത്ത ഡോ. കെ അതിലെന്തോ കുറിച്ച് ബെന്നിക്കുനേരെ നീട്ടി: "കഴിഞ്ഞാൽ ഈ പുസ്തകം വാങ്ങി വായിക്കാൻ നോക്ക്."

എയർകണ്ടീഷൻ ചെയ്ത കൺസൾട്ടിങ് മുറിയിൽ നിന്ന് ഉച്ചവെയിലിലേക്ക് നടക്കുമ്പോൾ പോക്കറ്റിൽ തിരുകിയ കടലാസ് ബെന്നി പുറത്തെടുത്തു പരിശോധിച്ചു. പുസ്തകത്തിന്റെ തലക്കെട്ട് വ്യക്തമായിരുന്നു: "ഈറ്റ് ഡ്രിങ്ക് ആന്റ് മെയ്ക് മെറി." (Eat Drink and Make Merry) തിന്നുക, കുടിക്കുക, തിമിർത്തുല്ലസിക്കുക.

കടലാസ് ചുരുട്ടി ദൂരേക്ക് വലിച്ചെറിഞ്ഞശേഷം നടക്കുമ്പോൾ ബെന്നി അവസാനവാക്കൊന്നു മാറ്റി നോക്കി. "ഭോഗിക്കുക, തിന്നുക, കുടിക്കുക, ഭോഗിക്കുക."

വെളുപ്പാൻ കാലത്തെ വെളുത്ത പൂച്ച

അർദ്ധരാത്രിയല്ല. പട്ടാപ്പകൽ. നട്ടുച്ചയ്ക്ക്.

സിനിമാനടിയുടെ ഛായയുള്ള സതി എന്ന പതിനാറുകാരി മജിസ്ട്രേറ്റിനു മുന്നിൽ കീറിയ–ചീന്തപ്പെട്ട വസ്ത്രം ധരിക്കാത്തപാതി ഓടിയെത്തി പൊട്ടിക്കരച്ചിൽ തുടർന്നു.

വികാരഭാവങ്ങളോടെ സതി പറഞ്ഞ ഫ്ളാഷ് ബാക്കിന്റെ രത്നച്ചുരുക്കം ഇതാണ്: കാമുകനും മറ്റു ചിലരും ചേർന്നു സതിയെ ലൈംഗികമായി ആക്രമിച്ചു. മണിക്കൂറുകൾ നീണ്ട ആക്രമണം പ്രതികൾ തത്സമയം വീഡിയോ ചിത്രത്തിലാക്കി.

കഥ കേൾക്കുന്ന സുഖത്തോടെ ഞെട്ടിനിന്ന കോടതിവാസികൾ, സതി എല്ലാം പറഞ്ഞുകഴിഞ്ഞെന്നുറപ്പായപ്പോൾ ഒന്നാകെയിളകി ശബ്ദായമാനമായി. മജിസ്ട്രേറ്റ് മന്ത്രിച്ച "സൈലൻസ്" ബഞ്ച് ക്ലാർക്ക് ഉറക്കെ ഏറ്റുപാടി.

കിട്ടിയ സൂചനകൾ വച്ചു പ്രതികളെ അറസ്റ്റു ചെയ്യാനും സതിക്ക് അടിയന്തര വൈദ്യപരിശോധനയും ചികിത്സയും നല്കാനും നീണ്ട ലഞ്ച് ബ്രേക്കിനുശേഷം കോടതി ഉടൻ ഉത്തരവായി.

രണ്ടാമത്തെ ഉത്തരവു നടപ്പാക്കാൻ പൊലീസിന് ഉടനെ കഴിഞ്ഞു. കന്യകമാരിൽ മാത്രം കാണുന്ന ചർമ്മം മണിക്കൂറുകൾക്കു മുൻപാണു ഭേദിക്കപ്പെട്ടതെന്നും ക്രൂരമായ കൂട്ടലൈംഗിക ആക്രമണത്തിന് സതി ഇരയായിട്ടുണ്ടെന്നും ഡോക്ടർ സർട്ടിഫിക്കറ്റു നല്കി.

ആജ്ഞാപിക്കുമ്പോഴൊക്കെ മുഖം കാണിക്കണമെന്ന ഭീഷണിയോടെ സതിയെ സ്വന്തം വീടിന്റെ സുരക്ഷയിൽവിട്ട് പൊലീസ് പ്രതികൾക്കായി അങ്ങോളമിങ്ങോളം – എങ്ങോളമെങ്ങോളമെന്ന് ദൈവത്തിനറിയാം–വലവീശി.

തെളിവോടെ മജിസ്ട്രേറ്റിനെ കാര്യം ബോദ്ധ്യപ്പെടുത്തിയ നിലയ്ക്കു പ്രതികളെ കിട്ടുകയേ വേണ്ടൂ. ശിക്ഷ ഉറപ്പാണെന്ന സംഗതി അറിയാമായിരുന്ന സതി വിളിച്ചപ്പോഴൊക്കെ പൊലീസ് സ്റ്റേഷനിലെത്തി. അതിനവളെ നിർബ്ബന്ധിച്ചത് ഭയം എന്ന വികാരമാണ്.

പ്രതികൾ കാട്ടിയ പരാക്രമം ആദ്യവസാനം ചോദിച്ചുപകർത്തുമ്പോൾ കേൾവി സുഖത്താൽ ഏമാന്റെ പേന മുടന്തി. കാളക്കൂറ്റന്റെ ശൃംഗാരക്കണ്ണുകളിലെ തിളക്കം സതിയെ പലതവണ വിവസ്ത്രയാക്കി. സമാന്തരമായി ചുയിംഗം നുണഞ്ഞത് സിഗരറ്റിൽനിന്നു മോചനം നേടാനും മുഖസൗന്ദര്യം കൂട്ടാനുമാണെന്ന് ഏമാൻ ഫലിതത്തിൽ പ്രസ്താവിച്ചു. സാഡിസ്റ്റുകളുടെ പ്രത്യേകതയാണതെന്ന് എവിടെയോ വായിച്ചത് ഓർത്ത സതി തേങ്ങലോടെ കരഞ്ഞു.

രേഖപ്പെടുത്തിയ മൊഴി ഏമാൻ സഹ കാക്കികളെ വായിച്ചുരസിപ്പിച്ച് സ്വന്തം ബുദ്ധിജീവിസ്ഥാനത്ത് അരക്കിട്ടു. വാക്കുകൾ തന്ത്രപൂർവ്വം കൂട്ടിവയ്ക്കാനറിയുന്ന ഇത്തരം റൈറ്റർമാർ പുരാതനകാലം മുതൽ നിലനിന്നു. ഇപ്പോഴവ വംശനാശം നേരിടുന്നു.

പ്രതികളെ തിരക്കിനടക്കുന്നതിനിടയിൽ സതി കോടതിയിൽ പറഞ്ഞ ആ വീഡിയോകാസറ്റ് ഒരു പൊലീസുകാരനു കിട്ടി. അങ്ങനെ പ്രോപ്പർ ചാനലിലൂടെ കാസറ്റ് കോടതിയിൽ ഹാജരാക്കപ്പെട്ടു.

വിവരം പുറത്തറിയും മുൻപേ കാസറ്റ് രഹസ്യവിപണിയിൽ സുലഭമായി. എങ്ങനെ? സതിയെ കാമുകനും സംഘവും ഉപയോഗിക്കുന്നത് തത്സമയം ചിത്രീകരിച്ച കാസറ്റ് കോടതി പരിഗണനയിലിരിക്കെ അതിന്റെ കോപ്പി എങ്ങനെ വിപണിയിലെത്തി? പത്രക്കാർ ചോദ്യം ഉന്നയിക്കാൻ തുടങ്ങുമ്പോഴേ 'ത്രി എക്സ് കേസ്' എന്ന പേരിൽ രഹസ്യവിപണി കൈയടക്കിയ കാസറ്റിന്റെ കോടിക്കണക്കിനു കോപ്പി വിറ്റഴിക്കപ്പെട്ടെന്നാണു കണക്ക്. ഔദ്യോഗിക കണക്ക് ലഭ്യമല്ല.

സതിയുടെ നഗ്നനിമിഷങ്ങളുടെ 'ക്യാമറ' വിവരണങ്ങൾ പത്രങ്ങളിൽ തുടരെ പ്രത്യക്ഷപ്പെട്ടത് കാസറ്റ് റിവ്യൂവിന്റെ ഫലം ചെയ്തെന്ന് വിപണിയിലെ ചില വൃത്തങ്ങൾ നന്ദി പ്രകാശിപ്പിച്ചതോടെ പത്രങ്ങൾ അന്വേഷണാത്മക റിപ്പോർട്ടിങ്ങിലേക്ക് ഗിയർ മാറ്റി. സന്ദേഹങ്ങളുടെ ഓർമ്മക്കുറിപ്പായി അന്വേഷണ റിപ്പോർട്ടുകളൊക്കെ അവസാനിച്ചത്. അങ്ങനെ തന്നെ. കാസറ്റ് ചോർന്നത് എങ്ങനെ? കേസ് കോടതി പരിഗണനയിലാണെന്ന് പൊലീസ് കൈമലർത്തിക്കാട്ടി. കോടതിയോ.

കാസറ്റ് വിപണി പിടിച്ചടക്കിയതും ഇന്റർനെറ്റിൽ തലനീട്ടിയതും കോടതിയുടെ ശ്രദ്ധയിൽപ്പെട്ടത് വനിതകളുടെ ചില കൂട്ടായ്മ ഹർജികൾ ആദ്യനോട്ടത്തിൽ ഫയലിൽ തിരുകിയപ്പോഴാണ്. വനിതകളെ കോടതിയിലെത്താൻ പ്രേരിപ്പിച്ചത് സതി തീപ്പൊള്ളലേറ്റു മരിച്ചനിലയിൽ കണ്ടെത്തപ്പെട്ടതാണ്. മരണവാർത്തകൾ – ആത്മഹത്യയോ കൊലയോ എന്നറിയാനാവാത്ത ദാരുണകഥകൾ – സ്ത്രീകളെ ഞെട്ടിക്കുന്നു.

അതു പറയാതെ വിട്ടു. നേരത്തേ അതായത് കാസറ്റുകണ്ട കോളേജ്

പിള്ളാർ അടക്കം പറഞ്ഞതുകേട്ട അന്നുതന്നെ സതി ജീവനൊടുക്കി. അല്ല കത്തിച്ചാരമായ നിലയിൽ കാണപ്പെട്ടു.

'സതിയുടേത് ആത്മഹത്യയോ കൊലപാതകമോ' കഥാപ്രസംഗക രുടെ റ്റോണിൽ പ്രതിപക്ഷം ചോദ്യം ആവർത്തിച്ചു. ആക്ഷൻ കൗൺസിൽ ചോദ്യം ഏറ്റെടുത്ത് പ്രവർത്തനം ആരംഭിച്ചു. വർഷങ്ങൾ കഴിഞ്ഞപ്പോൾ ഫലം വന്നു. പ്രത്യേക അന്വേഷണകമീഷന് സർക്കാർ രസീതു കുറിച്ചു.

ഒരിക്കൽ നൂറ് ആത്മാക്കൾക്കു മീതെ റെയിൽപ്പാളത്തിൽ 'റ്റോർ നാഡൊ' കണ്ടെത്തിയ കമീഷന്റെ രക്തഗ്രൂപ്പുള്ള അന്വേഷണസംഘം പുറത്തിറങ്ങി. സതിയെ ആക്രമിച്ച പ്രതികൾ എവിടെ? കാസറ്റ് എങ്ങനെ ചോർന്നു? സതിയുടെ മരണകാരണമെന്ത്? ആത്മഹത്യയോ, കൊലയോ? ചോദ്യങ്ങൾക്ക് എത്രയും പെട്ടെന്ന് ഉത്തരം കണ്ടെത്തുകയായിരുന്നു സംഘത്തിന്റെ ചുമതല.

രണ്ട്

ജനശ്രദ്ധ പിടിച്ചെടുത്ത 'ത്രി-എക്സ് കാസറ്റ് കേസ്' അന്വേഷിച്ച പ്രത്യേക സംഘം പ്രാഥമിക റിപ്പോർട്ട് സമർപ്പിച്ചു. പത്തുവർഷം മുൻപാണ് സംഘം അന്വേഷണച്ചുമതലയേറ്റത്.

കമീഷന്റെ പ്രധാന കണ്ടെത്തലുകളും നിരീക്ഷണങ്ങളുമാണ് താഴെ.

"തനിക്കെതിരേ ലൈംഗിക ആക്രമണം നടന്നെന്ന പരാതിയുമായി കോടതിയിലെത്തുകയും പിന്നീട് മരിച്ച നിലയിൽ കാണപ്പെടുകയും ചെയ്ത സതിയുടേത് സ്വാഭാവിക ആത്മഹത്യയാണ്. കൊലപാതകമല്ല...

സ്വന്തം നഗ്നത വിശദമായി ചിത്രീകരിച്ച കാസറ്റ് രഹസ്യവിപണി യിലെത്തിയ വാർത്ത പ്രചരിച്ചതോടെയാണ് സതി ജീവനൊടുക്കിയത്. എന്നാൽ സതിയെ ആത്മഹത്യയിലെത്തിച്ചത് കടുത്ത വിഷാദരോഗമാണ്. ഇതു ശാസ്ത്രീയമായി വിശദീകരിക്കുന്ന മനോരോഗവിദഗ്ദ്ധരുടെ മൊഴി പ്രത്യേകം ചേർത്തിട്ടുണ്ട്."

തലച്ചോറിലുണ്ടാവുന്ന ചില സവിശേഷ രാസമാറ്റങ്ങളാണ് വിഷാ ദരോഗത്തിലേക്കും ആത്മഹത്യയിലേക്കും നയിക്കുന്നതെന്നാണ് മനോ രോഗവിദഗ്ദ്ധരുടെ വാദം. വിഷാദരോഗത്തെ ചില രാസപദാർത്ഥങ്ങൾ ഉപയോഗിച്ച് പൂർണ്ണമായും ചികിത്സിച്ചു മാറ്റാനാവുമെന്നും അവർ അവ കാശപ്പെടുന്നു.

ഈ വിഷാദരോഗസിദ്ധാന്തം മുഖവിലയ്ക്കെടുത്താലും കേസുമായി ബന്ധപ്പെട്ട അനുഭവപരമ്പരകളാണ് സതിയുടെ തലച്ചോറിലെ രാസമാ റ്റങ്ങൾക്കു കാരണമെന്നും ആ നിലയ്ക്ക് സാഹചര്യം സൃഷ്ടിച്ചവർ കുറ്റ ക്കാരാണെന്നും വാദിക്കാം. എന്നാൽ ആ വാദത്തോട് കമീഷനു യോജി പ്പില്ല. പട്ടികയിൽ പേർ ചേർത്തിട്ടുള്ള വിദഗ്ദ്ധ ഡോക്ടർമാരോട് ഇക്കാ ര്യത്തെക്കുറിച്ചു ചോദിച്ചപ്പോൾ അവർ ചില ശബ്ദങ്ങൾ പുറപ്പെടുവിച്ചു.

പ്രത്യക്ഷമായോ പരോക്ഷമായോ കമീഷൻ ആരെയും കുറ്റക്കാരായി കാണുന്നില്ല. ആരോപിക്കപ്പെട്ടവരെ കുറ്റവിമുക്തരാക്കുന്ന പരാമർശങ്ങൾ

കമീഷൻ റിപ്പോർട്ടിൽ കാണാം. ഉദാഹരണത്തിന് പെൺകുട്ടിയുടെ മൊഴിയും കാസറ്റും ലൈംഗികസുഖത്തിനായി പൊലീസും ന്യായാധിപനും ഉപയോഗിച്ചെന്ന ആരോപണം ശരിവയ്ക്കുന്ന വിവരങ്ങൾ തെളിവെടുപ്പിനിടെ ലഭിച്ചെങ്കിലും അവ കമീഷൻ കാര്യമായി എടുക്കുന്നില്ല. പൊലീസോ ന്യായാധിപനോ രഹസ്യ ഇടപാടിലൂടെ കുപ്രസിദ്ധ നീല കാസറ്റ് നിർമ്മാണ വിതരണ ഗ്രൂപ്പിന് കാസറ്റ് കൈമാറിയെന്ന ആരോപണത്തെക്കുറിച്ചും കമീഷൻ മൗനം പാലിക്കുന്നു. അതേസമയം, കാസറ്റിന്റെ കോപ്പികൾ വാങ്ങിക്കൂട്ടിയ ജനത്തെ കമീഷൻ ന്യായീകരിക്കുന്നു. ഇക്കാര്യങ്ങളുമായി ബന്ധപ്പെട്ട കമീഷന്റെ വിശദീകരണങ്ങളാണു താഴെ.

"കാസറ്റ് ചോർന്നതിനെക്കുറിച്ച് വ്യക്തമായ ചിത്രം നല്കാൻ തെളിവു നല്കാനെത്തിയ ആർക്കുംതന്നെ കഴിഞ്ഞിട്ടില്ല. തെളിവെന്ന പേരിൽ ആരോപണങ്ങളാണു മുന്നോട്ടു വയ്ക്കപ്പെട്ടത്. അവയിൽ പലതും ബാലിശമാണ്."

പൊലീസിനെയും കോടതിയെയും കുറിച്ചുള്ള ആരോപണങ്ങൾ ഇങ്ങനെ പോകുന്നു. പല പൊലീസുകാരും കാസറ്റ് സ്വന്തം വീടുകളിലേക്കും മറ്റും കൊണ്ടുപോയി. പൊലീസ് തലവൻ വീട്ടിൽ രഹസ്യമായി കാസറ്റ് കാണുന്നതിനിടെ ഭാര്യ അതു കണ്ടുപിടിച്ചു. ആ സന്ദർഭത്തിൽ തല ഉയർത്തിപ്പിടിക്കാൻ പൊലീസ് തലവൻ മജിസ്ട്രേറ്റിന്റെ പ്രവൃത്തി തുറന്നടിച്ചു. സുഹൃത്തുകൂടിയായ ബഞ്ച് ക്ലാർക്കിനൊപ്പം കാസറ്റ് ആസ്വദിച്ച മജിസ്ട്രേറ്റിന്റേതെന്നു പറയുന്ന ചില ഡയലോഗുകൾ അയാൾ നിരത്തി. വെള്ളിത്തിരയിൽ അശ്ലീലരംഗങ്ങൾ കാണുമ്പോൾ ചില യുവാക്കളിൽ നിന്നു റിഫ്ളക്സ് ആക്ഷൻ പോലെ തെറിക്കുന്ന ശബ്ദങ്ങൾ ഉയർത്തുന്ന അതേ മസ്തിഷ്ക കേന്ദ്രങ്ങളാണ് മജിസ്ട്രേട്ടിന്റെ വാക്കുകളെയും പുറന്തള്ളിയതെന്ന അഭിപ്രായവും അയാൾ പാസാക്കി.

"പത്രങ്ങളെയും പലരും പ്രതിക്കൂട്ടിലാക്കി. ഫീച്ചർ സ്വഭാവമുള്ള വാർത്തകളിൽ നിറഞ്ഞുനിന്നത് സതിയുടെ നഗ്നനിമിഷങ്ങളുടെ 'ക്യാമറ' വിവരണങ്ങളാണെന്നതാണ് പ്രധാന ആരോപണം. പത്രവായനക്കാർ ഇത്തരം വാർത്തകളിൽ നുകരുന്ന സുഖത്തെക്കുറിച്ചാണു ചിലരുടെ പരാതി..."

കേസുമായി ബന്ധപ്പെട്ട ഇത്തരം ആരോപണങ്ങളെ കമീഷൻ അപ്രസക്തമാക്കിത്തള്ളുന്നു. ഇതിനു കമീഷനെ പ്രേരിപ്പിച്ച ന്യായങ്ങളും കണ്ടെത്തലുകളും ശ്രദ്ധേയമാണ് അവ താഴെ. സതിയുടെ മൊഴി രേഖപ്പെടുത്താനും കാസറ്റ് കാണാനും പൊലീസ് കാട്ടിയെന്നു പറയപ്പെടുന്ന ആർത്തി സഹജവാസനകളുടെ ഭാഗവും കേസിനെ മറ്റു തരത്തിൽ ബാധിക്കാത്തതുമാണ്. മാത്രമല്ല, ഇത്തരം കാര്യങ്ങൾ തന്നെ മുറിപ്പെടുത്തിയതായി പെൺകുട്ടിയോ ബന്ധുക്കളോ പരാതി നല്കിയിട്ടില്ല.

മജിസ്ട്രേറ്റ് കാസറ്റ് ആസ്വദിച്ചു എന്ന ആരോപണം നിലനില്ക്കുന്നതല്ല. അങ്ങനെ സംഭവിച്ചെങ്കിൽത്തന്നെ അദ്ദേഹം കുറ്റക്കാരനാകുന്നില്ല. എന്തെന്നാൽ കേസുകളെ സ്കാൻ ചെയ്ത് നീതി ഉറപ്പാക്കുകയാണു ന്യായാധിപന്റെ ദൗത്യം. അല്ലാതെ, തന്റെ സ്വകാര്യമുറിയിലെ സ്വന്തം കൊച്ചുവർത്തമാ

നങ്ങളുടെയും പെരുമാറ്റത്തിന്റെയും ന്യായാന്യായങ്ങൾ ചികയുകയല്ല.

പുരാതനകാലം മുതലേ കച്ചവടങ്ങൾ സാധാരണമായിരുന്നെങ്കിലും പത്രങ്ങളിൽ കമ്പോളനിലവാരം പ്രത്യക്ഷപ്പെട്ടത് കാലം ഏറെ കഴിഞ്ഞ ശേഷമാണ്. പെൺവാണിഭവാർത്തകൾ പത്രങ്ങളിൽ പ്രത്യക്ഷപ്പെട്ടുതുടങ്ങാനും കാലതാമസം നേരിട്ടു. ഈ പുതുമയാകാം പത്രങ്ങളെ കടന്നാക്രമിക്കാൻ പലരേയും പ്രേരിപ്പിച്ച ഘടകം.

പത്രം തുറന്നാലുടനേ പെൺവാണിഭക്കഥ തേടുന്ന വായനക്കാർ വായിക്കുന്ന സമയമനുസരിച്ച് ചായ, സിഗരറ്റ്, നിലക്കടല എന്നിവയിലേതെങ്കിലും നുണഞ്ഞുകൊണ്ട് വിശ്രമവേള സുഖകരമാക്കാനാണു ശ്രമിക്കുന്നതെന്ന പരാതിയും കഴമ്പുള്ളതല്ല. കാരണം, വായനയ്ക്കിടയിൽ അവരനുഭവിക്കുന്ന നോവുകളാണ് നിയമ–പത്രപാലകരുടെയും സർവ്വോപരി സർക്കാരിന്റെയും ശക്തി.

കാസറ്റ് ഉപഭോഗത്തിന്റെയും മറ്റും പേരിൽ ജനത്തെ പ്രതിഭാഗത്തു കാണുന്നതിൽ ന്യായമുള്ളതായി അന്വേഷണ സംഘത്തിന് അഭിപ്രായമില്ല. കാരണം 'ജനം' എന്ന സംജ്ഞ തന്നെ വ്യക്തമായ ഒരു നിർവ്വചനത്തിനു വഴങ്ങുന്ന ഒന്നല്ല.

ഓരോ സംഭവം അരങ്ങേറുമ്പോഴും ഓരോ ആളും പഴിചാരുന്നതു ജനത്തെയാണ്. ജനം കഴുതയാണെന്ന കേട്ടുമടുത്ത പരാമർശം തന്നെ ഉദാഹരണം. രാഷ്ട്രീയ തിരിമറികൾ, അഴിമതിക്കഥകൾ, തിരഞ്ഞെടുപ്പു മാമാങ്കങ്ങൾ എന്നിവ ബന്ധപ്പെടുത്തി ഏതാണ്ട് എല്ലാവരും ജനത്തെ കഴുതയോട് ഉപമിക്കുന്നു. ഇങ്ങനെ ഓരോ വ്യക്തിയും ജനമെന്നു പറയുമ്പോൾ ഒരു നിർവ്വചനം അനിവാര്യമാകുന്നു. ആരാണ് 'ജനം'?

അന്വേഷണസംഘത്തിന് സ്വീകാര്യമായ നിർവ്വചനം രൂപപ്പെടുത്താനാവുന്നില്ല. ഓരോരുത്തരും ജനം എന്നുപറയുമ്പോൾ അർത്ഥമാക്കുന്നത് താനൊഴികെയുള്ള ആൾക്കൂട്ടത്തെയോ സമൂഹത്തെയോ ആണ്. ഇങ്ങനെ എല്ലാവരും കൈകഴുകുമ്പോൾ 'ജന'ത്തിന് എങ്ങനെ അസ്തിത്വം കല്പിക്കാനാവും?

ഇനി, സിദ്ധാന്തപരമായി അതിനു കഴിഞ്ഞാൽത്തന്നെ കല്പനയും യാഥാർത്ഥ്യവും വേർതിരിക്കാതെ ശാസ്ത്രീയ അന്വേഷണത്തിൽ വിശ്വസിക്കുന്ന കമീഷന് മുന്നോട്ടുപോകാനാവില്ല.

വ്യക്തമായിപ്പറഞ്ഞാൽ 'ജന'മെന്നത് ഒരു സങ്കല്പം മാത്രമാണ്. ഒരു സങ്കല്പത്തെ എങ്ങനെ പ്രതിക്കൂട്ടിലാക്കും?

മാത്രമല്ല കുറ്റംചെയ്ത ആയിരംപേർ രക്ഷപ്പെട്ടാലും ഒരു നിരപരാധി പോലും ശിക്ഷിക്കപ്പെടരുതെന്ന സങ്കല്പത്തിൽ വിശ്വസിച്ചു നീങ്ങുന്ന കമീഷന് 'ജന'ത്തെ ക്രൂശിക്കാൻ എങ്ങനെ പടയൊരുക്കം നടത്താനാവും. വെറുമൊരു സങ്കല്പത്തിന്റെ തേരിലേറി?

വാൽക്കഷണം:– കമീഷൻ റിപ്പോർട്ട് കാണാപ്പാഠമാക്കി വിശ്വാസികൾ കാത്തിരിക്കാൻ തുടങ്ങുന്നു. കേസിന്റെ സിൽവർ ഗോൾഡൻ ജൂബിലി വേളകളിൽ ഉപകഥകൾ തുറക്കപ്പെടുന്നതും പ്രതീക്ഷിച്ച്.

പ്രതീക്ഷ സുജനമര്യാദയുടെ ഭാഗമത്രേ.

അധിനിവേശം

എലികളെപ്പോലെ പെരുമാറാൻ തുടങ്ങിയ ഇബ്രാഹിം ഒടുവിൽ പ്രശസ്ത മനോരോഗചികിത്സകനായ ഡോ. കെ യുടെ മുന്നിലെത്തപ്പെട്ടു. എലികളുടെ ചലനങ്ങൾ, സഹജവാസനകൾ അയാളിൽ ദൃശ്യമായത് അവ മാത്രം.

തലസ്ഥാനത്തെ കാൻസർ സെന്ററിൽ നടന്ന അനധികൃത മരുന്നു പരീക്ഷണം ഇബ്രാഹിമിന്റെ അവസ്ഥയ്ക്ക് ആ പരീക്ഷണവുമായി ബന്ധമുണ്ടെന്ന് ബോദ്ധ്യപ്പെട്ട കോടതി മനോരോഗവിദഗ്ദ്ധരുടെ നിരീക്ഷണത്തിന് അയാളെ ലഭ്യമാക്കാൻ നിർദ്ദേശിക്കുകയായിരുന്നു.

നിരീക്ഷണ ചുമതല, മനോരോഗ ചികിത്സകനും ഗവേഷകനുമായ ഡോ. കെ യെ തന്നെ ഏല്പിക്കാൻ സർക്കാർ തീരുമാനിച്ചത് ഡോ. കെയുടെ രഹസ്യ അഭ്യർത്ഥന മാനിച്ചാണ്. അമേരിക്കയിൽ നടക്കാനിരുന്ന മനോരോഗ ഡോക്ടർമാരുടെ വിഖ്യാത സമ്മേളനത്തിന്റെ ഭാഗമായ സെമിനാറിൽ അവതരിപ്പിക്കാൻ പറ്റിയ വിഷയത്തിനായി ഡോ. കെ നാളുകളായി തലപുകയ്ക്കുകയായിരുന്നു. അപ്പോഴാണ് തികച്ചും പുതുമയുള്ള ഇബ്രാഹിം എന്ന മെറ്റീരിയൽ അയാളുടെ ശ്രദ്ധയിൽ പെട്ടത്.

പ്രധാനമന്ത്രി, പ്രസിഡന്റ് ഒക്കെയായി ചില മനോരോഗികൾ സ്വയം പ്രഖ്യാപിക്കുക പതിവാണ്. എന്നാൽ, ഇബ്രാഹിമിന്റെ അവസ്ഥ തികച്ചും വ്യത്യസ്തമാണെന്ന് ഡോ. കെ തുടക്കത്തിലേ നിരീക്ഷിച്ചു.

മനുഷ്യശരീരമുള്ള ഭീമൻ എലി. കാണാനിടയായവർ അങ്ങനെയാണ് ഇബ്രാഹിമിനെ വിശേഷിപ്പിച്ചത്. പെട്ടെന്നു കണ്ടാൽ പൂച്ചകൾക്കു തന്നെയും സംശയം തോന്നും. അവർ ഫലിതം പറഞ്ഞു.

കേസിന്റെ പശ്ചാത്തലം ലോകശ്രദ്ധ പിടിച്ചെടുത്ത ഒന്നാണ്. കാൻസർ ബാധിതനായ ഇബ്രാഹിം കാൻസർ സെന്ററിൽ അഡ്മിറ്റാ

വുന്നു. വികസിത രാജ്യങ്ങളിൽ മനുഷ്യശരീരത്തിൽ പരീക്ഷിക്കാൻ അനുമതി കിട്ടാത്ത മരുന്ന് ദാരിദ്ര്യരേഖയ്ക്കു താഴെ കഴിഞ്ഞുപോരുന്ന ഇന്ത്യൻ ശരീരങ്ങളിൽ തന്ത്രപൂർവ്വം പരീക്ഷിക്കാൻ കാൻസർ സെന്റർ ഡയറക്ടർ രഹസ്യപദ്ധതിയായിടുന്നു. വികസിത രാജ്യങ്ങളിലെ വൻകിട മരുന്നു കമ്പനിയുടെയും വിഖ്യാത പരീക്ഷണശാലയുടെയും ഒത്താശയോടെയുള്ള പദ്ധതി അങ്ങനെ. അതുവരെ വിദേശത്തെവിടെയോ ഇരുപത്തിനാലു ചുണ്ടെലികളിൽ മാത്രം പരീക്ഷിച്ചിട്ടുള്ള മരുന്ന് ഇബ്രാഹിം ഉൾപ്പെടെ ചില രോഗികളിൽ കുത്തിവയ്ക്കുന്നതിൽ വേണ്ടതിലേറെ ഉന്നത ബന്ധങ്ങൾ ഉള്ള ഡയറക്ടർ വിജയിക്കുന്നു. ഇബ്രാഹിമിന് ഒപ്പം ഗിനിപ്പിഗുകളായ മറ്റുള്ളവരുടെ വിദ്യാഭ്യാസ സാമ്പത്തിക നില ഇബ്രാഹിമിന്റേതിനേക്കാൾ മോശമായിരുന്നു.

രഹസ്യം എങ്ങനെയോ ഡോക്ടർമാർക്കിടയിൽ പ്രചരിച്ചു. അതോടെ ഡോക്ടർമാർ രണ്ടു ചേരിയിലായി. പരീക്ഷണം അധാർമ്മികമാണെന്നു വാദിച്ചവർ സംഗതി മാധ്യമങ്ങൾക്ക് ചോർത്തി. മാനവികതയിൽ, മൂല്യങ്ങളിൽ വിശ്വസിച്ച ചില വ്യക്തികൾ, സംഘടനകൾ പ്രശ്നം ഏറ്റെടുത്തു. പതിവു നാടകങ്ങൾക്കുശേഷം അന്വേഷണം നടത്താൻ തയ്യാറായി.

പ്രത്യേകതകൾ പലതുമുള്ള സെല്ലിലാണ് ഡോ. കെ ഇബ്രാഹിമിനെ അടച്ചത്. അതിനുള്ളിലെ അയാളുടെ ഓരോ നിമിഷവും പ്രത്യേകം സജ്ജീകരിച്ച രഹസ്യ ക്യാമറ റിക്കോർഡ് ചെയ്തു. സെല്ലിന്റെ പ്രധാന ഭിത്തി നിർമ്മിച്ചിരുന്നത് ഒരു വശം മാത്രം സുതാര്യമായ വൺവേ ഗ്ലാസ് കൊണ്ടായിരുന്നു. സമയം കിട്ടുമ്പോഴൊക്കെ ഡോ. കെ അല്ലെങ്കിൽ അയാളുടെ സഹഡോക്ടർമാർ വൺവേ ഗ്ലാസിലൂടെ ഇബ്രാഹിമിനെ നേരിട്ടും നിരീക്ഷിച്ചു.

അതൊന്നുമറിയാതെ, സെല്ലിനുള്ളിൽ ഇബ്രാഹിം എലിയെ പോലെ മണം പിടിച്ചു പതുങ്ങി നടന്നു. കിട്ടുന്നതൊക്കെ കറുമുറെ കരണ്ടു തിന്നു. എലിയെപോലെ ഒച്ചയിട്ടു ചാടി ഓടി. ഇടയ്ക്ക് മുൻകാലുകൾ കൊണ്ട് മുഖം മിനുക്കി. നാക്കുകൊണ്ട് ശരീരം വൃത്തിയാക്കി. ഇഷ്ടഭക്ഷണങ്ങളോട് എലിയെപോലെ പ്രതികരിച്ചു.

എലികളോട് എത്രമാത്രം സാദൃശ്യം വന്നിട്ടുണ്ട്, ബോധപൂർവ്വമുള്ള നാട്യമുണ്ടോ എന്നൊക്കെയറിയാൻ നടത്തിയ ടെസ്റ്റുകളുടെ ഫലം ഡോക്ടർ കെ യെ അത്ഭുതപ്പെടുത്തി. പൂച്ചകളോട്, സമാനരൂപങ്ങളോട് പൂച്ചകളുടെ നിലവിളിയോട്, മാർജ്ജാരഗന്ധത്തോട് ഒക്കെ തികഞ്ഞ എലിയെപ്പോലെയാണ് ഇബ്രാഹിം പ്രതികരിച്ചത്.

ഇബ്രാഹിമിന് മനുഷ്യാവസ്ഥയിലേക്ക് മടങ്ങിയെത്താൻ കഴിയുമോ എന്നറിയാനും ചില പരീക്ഷണങ്ങൾ നടത്തി. അയാളുടെ പേർ ഉറക്കെ വിളിച്ച് യാഥാർത്ഥ്യത്തിലേക്ക് മടക്കിക്കൊണ്ട് വരാനുള്ള ശ്രമങ്ങൾ ഉൾപ്പെട്ട അത്തരം ടെസ്റ്റുകളൊക്കെ അയാൾ ആവർത്തിച്ചു പരാജയപ്പെട്ടു. അപ്പോഴൊക്കെ ഡോ. കെ അത്ഭുതം പ്രകടിപ്പിച്ചിരുന്നു. എന്നാൽ അതിനു

സമാന്തരമായി അയാൾ അനുഭവിച്ച സന്തോഷം മറ്റാർക്കും തിരിച്ചറിയാനാവാത്ത വിധം ഗൂഢമായിരുന്നു. ആ അപൂർവ്വ മെറ്റീരിയൽ തനിക്കു തന്നതിന് അയാൾ ദൈവത്തിന് നന്ദി പറഞ്ഞു കൊണ്ടിരുന്നു.

ഇബ്രാഹിമിനെ എലി എന്ന അവസ്ഥയിൽ നിന്ന് മടക്കി കൊണ്ടുവരാനായി ഡോ. കെ യുടെ മുന്നിൽ എത്തുന്നതിന് മുമ്പും ഡോക്ടർമാരുടെ ഭാഗത്തു നിന്ന് ചില ശ്രമങ്ങളുണ്ടായി. അതായത് മിഥ്യാഭ്രമണർ, അബദ്ധ ധാരണകൾ, കിറുക്കൻ ചിന്തകൾ, മനോവിഭ്രാന്തി, ഉന്മാദം തുടങ്ങിയവ മാറ്റാൻ ഉപയോഗിക്കുന്ന ആന്റിസൈക്കോട്ടിക് മരുന്നുകൾ ഡോ. കെയുടെ മുന്നിൽ എത്തുന്നതിന് മുമ്പേ ഇബ്രാഹിമിന്റെ ശരീരത്തിൽ പ്രയോഗിക്കപ്പെട്ടിരുന്നു. ആ ജനുസ്സിൽപ്പെട്ട ഏറ്റവും പുതിയ ചില അപൂർവ്വം മരുന്നുകൾ കൂടി ഡോ. കെ പരീക്ഷിച്ചു നോക്കി. ആ മരുന്നുകൾ കൂടുതൽ ഉറക്കം സൃഷ്ടിച്ചു കൊണ്ടിരുന്നതല്ലാതെ ഇബ്രാഹിമിന്റെ പെരുമാറ്റത്തിൽ യാതൊരു മാറ്റവും വരുത്തിയില്ല.

ഇബ്രാഹിമിന്റെ അവസ്ഥ അപഗ്രഥിക്കുന്ന പ്രബന്ധം തയ്യാറാക്കാനുള്ള ശ്രമത്തിന്റെ ഭാഗമായി കേസിന്റെ വഴിത്തിരിവും പശ്ചാത്തലവും ഡോ. കെ പത്രവാർത്തകളിൽ നിന്ന് വിശദമായി ചികഞ്ഞെടുത്തു.

ഹൈസ്കൂൾ വിദ്യാഭ്യാസവും പൈതൃകമായി കിട്ടിയ കൃഷിപ്പണിയുമായി ദാരിദ്ര്യരേഖക്കു താഴെ കഴിഞ്ഞു പോന്ന ഇബ്രാഹിം അയാളുടെ ആരോഗ്യനില പണ്ടുമുതലേ ശരാശരിയിൽ നിന്ന് വളരെ താഴെയാണ്. ആദ്യമായി കാൻസർ രോഗിയാവുന്നത് അമ്പതാം വയസ്സിൽ. കാൻസർ സെന്ററിൽ രണ്ടാമത് അഡ്മിറ്റാവാനുള്ള കാരണം. വായിലെ മാംസവളർച്ച, ആയിരം സൂചികൾ ഒരുമിച്ച് തറച്ചാലുള്ള വേദനയോടെ. പ്രതീക്ഷയൊന്നും വേണ്ടെന്ന് ഡോക്ടർമാരുടെ അവസാന വിധി.

"എങ്കിലും.. നമുക്കിവിടെ പുതിയൊരു മരുന്നുവന്നിട്ടുണ്ട്." ആവശ്യത്തിലേറെ വിനയം കാട്ടാറുള്ള സെന്റർ തലവനായ ഡോക്ടർ പറഞ്ഞു. "നമുക്ക് അതുകൂടി ഒന്ന് പരീക്ഷിക്കാം. എന്താ?"

"എല്ലാം സാറിന്റെ ഇഷ്ടം" ഇബ്രാഹിം.

"ആണോ" വലിയ താല്പര്യം കാട്ടാതെ തലവൻ. "പിന്നെ സമ്മതമാണേൽ, നഴ്സ് ചില പേപ്പറുകൾ കൊണ്ടുവരും അവ ഒപ്പിട്ടു കൊടുക്കണം." തടുക്കുന്നതിനിടെ നിസ്സാരമായി പറഞ്ഞു. "ഒരു സമ്മതിപത്രം."

ശസ്ത്രക്രിയ നടത്താൻ സമ്മതിപത്രം ഒപ്പു വക്കേണ്ടി വരുമെന്ന് കേട്ടിട്ടുണ്ട്. ഒരു മരുന്ന് കുത്തുവാൻ എന്തിനാണ് സമ്മതിപത്രം? ഇബ്രാഹിമിന് പിടികിട്ടിയില്ല.

കണ്ണുമടച്ച് ഒപ്പിട്ടുകൊടുത്തു. ഉടനെ അതുണ്ടായി. വായ്ക്കുള്ളിലെ മാംസവളർച്ചയിൽ പുതിയ മരുന്നുകൊണ്ടുള്ള ഇഞ്ചക്ഷൻ.

ശ്വാസമെടുക്കാൻ കൂടുതൽ ബുദ്ധിമുട്ടി. വാക്കുകൾ തൊണ്ടയിൽ കുരുങ്ങി. കാലുകളിലെ മരവിപ്പ് ഇരട്ടിച്ചു. കൈകൾ വിചാരിക്കുന്നിടത്തേക്ക് നീങ്ങിയില്ല. പത്രം വായിക്കാൻ തുടങ്ങുമ്പോൾ അക്ഷരങ്ങൾക്കു മീതെ മഞ്ഞുമേഘങ്ങൾ.

രണ്ടു മൂന്നാഴ്ച കഴിഞ്ഞ് വായ്ക്കുള്ളിൽ വളർന്നു വീർത്ത് നിന്നിരുന്ന മാംസമുഴ നീക്കം ചെയ്തു. കഴിക്കാൻ കടുത്ത നിറമുള്ള കുപ്പായങ്ങളിഞ്ഞ ഗുളികകൾ. തുടർ ചികിത്സാപരിശോധന രണ്ടാഴ്ച കഴിഞ്ഞ് ചെന്നാൽ മതി. ആശ്വാസം.

അമേരിക്കയിൽ വികസിത രാജ്യങ്ങളിൽ പരീക്ഷണം നിരോധിക്കപ്പെട്ട മരുന്ന് തന്റെ ശരീരത്തിൽ പരീക്ഷിച്ച വിവരം ഇബ്രാഹിം ആദ്യമായി അറിയുന്നത് പത്രവാർത്തകളിലൂടെയാണ്. ആ ദിവസം മുതൽ ഇബ്രാഹിം ഒരുപാട് കരഞ്ഞതായി അയാളുടെ ഭാര്യ. എന്തൊക്കെയോ പറയുകയും കരയുകയും മാത്രമായിരുന്നു. മരുന്നും ഭക്ഷണവും കഴിക്കാൻ കൂട്ടാക്കിയില്ല കുറേ ദിവസങ്ങൾ. പിന്നെ ഭയപ്പെടുത്തുന്ന മൗനത്തിലായി.

"ഒക്കത്തിനേയും പാഷാണം വെച്ച് കൊല്ലണം." വീണ്ടും സംസാരിച്ചു തുടങ്ങിയത് അങ്ങനെ പറഞ്ഞു കൊണ്ടാണ്.

"ഇന്ന്.... ഇന്നുതന്നെ" ബഹളം വെച്ചു. "അവറ്റകളെ വക വരുത്തണം. ഇന്ന് ഇന്നുതന്നെ..."

"ആരെ."

"ആ നശിച്ച എലികളെ." അതിനീ വീട്ടിൽ പേരിനു പോലും എലികൾ ഇല്ലല്ലോ.

"തട്ടിൻപുറത്തെ പൂരം നിനക്ക് കേൾക്കാനാവുന്നില്ലേ?" മച്ചിലേക്ക് തുറിച്ച് നോക്കിക്കൊണ്ടാണ് ചോദ്യം. സത്യത്തിൽ ഞാനൊന്നും കേട്ടില്ല. ഒന്നു രണ്ടുവർഷം മുമ്പു വരെ വീട് നിറയെ എലികളായിരുന്നു. പുതിയൊരിനം പാഷാണം വെച്ചതിൽ പിന്നെ അവ ചത്തൊടുങ്ങി ഒന്നുമില്ലാതെ.

"വൃത്തികെട്ട ജന്തുക്കൾ... ചത്തു തുലയട്ടെ" വീണ്ടും ബഹളം.

"എന്തിനാണിങ്ങനെ തല തല്ലിപ്പൊളിക്കുന്നത്?"

"ചാവട്ടെ."

"എല്ലാം ചത്തുതുലയട്ടെ." വീണ്ടും മൗനത്തിന്റെ കുറെ ദിവസങ്ങൾ. എലിയുടെ റോൾ പ്ലേ ചെയ്യാൻ തുടങ്ങിയത് ഒറ്റ രാത്രികൊണ്ടല്ല.

ഇബ്രാഹിമിനെക്കുറിച്ചുള്ള പ്രബന്ധം ഏത് ആങ്കിളിൽ അവതരിപ്പിക്കണമെന്ന പ്രശ്നം ഡോ. കെയെ കുഴക്കി. ദിവസങ്ങൾ കഴിഞ്ഞിട്ടും തൃപ്തികരമായ ഒരു വഴി ഡോക്ടർക്ക് തുറന്നു കിട്ടിയില്ല. 'റബ്ബിഷ് നോൺസെൻസ്' ക്ഷമ നശിച്ച ദിവസം ഡോ. കെ ആ ഫയൽ വലിച്ചെറിഞ്ഞു. എന്നാൽ, ദിവസങ്ങൾക്കു ശേഷം ഡോ. കെ പതിവ് ഉച്ചമയത്തിലായിരിക്കെ ഒരു പുതിയ ആശയം വീണു കിട്ടി. കിടക്ക വിട്ട ഡോ. കെ ഒരു മൂളിപ്പാട്ടോടെ തന്റെ കമ്പ്യൂട്ടറിന് മുന്നിലിരുന്നു. വിരലുകൾ കീബോർഡിൽ നൃത്തം വെച്ചപ്പോൾ സ്ക്രീനിൽ ഒരു തലക്കെട്ട് പ്രത്യക്ഷപ്പെട്ടു. എ കേസ് ഓഫ് സൈക്കോളജിക്കൽ മെറ്റമോർഫോസിസ്, മനഃശാസ്ത്രപരിണാമം.

ലോക്കൽ പത്രത്തിൽ വന്ന ഒരു ബോക്സ് വാർത്ത അതിൽ

നിന്നാണ് ഡോക്ടർക്ക് പുതിയ ആശയം കിട്ടിയത്. എലിയുടെ ജനിതക ചിത്രം റെഡി. ലോസ് ആഞ്ചലസ് എലിയുടെ ജനിതക കോഡ് സംബന്ധിച്ച പഠനം ഒരു ശാസ്ത്രജ്ഞ സംഘം ഏതാണ്ട് പൂർത്തിയാക്കി. മനുഷ്യരോഗ ഗവേഷണങ്ങളിൽ ഇതൊരു വഴിത്തിരിവാകും.

പത്തുകോടി വർഷം മുമ്പ് പൊതുവായ ജനിതക പൈതൃകം മനുഷ്യനും എലിക്കും ഉണ്ടായിരുന്നു എന്നാണ് കണ്ടെത്തൽ. എലിയുടെ ജീനുകളുടെ ഭാഷ മനസ്സിലാക്കാൻ ആവുമ്പോൾ മനുഷ്യ ജീനുകളെ വായിച്ചെടുക്കാനുള്ള ശ്രമങ്ങൾക്ക് വിജയസാദ്ധ്യത കൂടും...

അതേ പത്രത്തിൽ ശ്രദ്ധേയമായ വേറൊരു വാർത്ത കൂടി ഉണ്ടായിരുന്നു. വിവാദ മരുന്നു പരീക്ഷണം ഡയറക്ടർക്കെതിരായ വിധി റദ്ദാക്കി. തലസ്ഥാനത്തെ കാൻസർ സെന്ററിലെ മരുന്നു പരീക്ഷണത്തിന്റെ പേരിൽ ഡയറക്ടർക്കെതിരെ കാലഹരണ പരിധി കണക്കിലെടുക്കാതെ മനുഷ്യാവകാശ കമീഷന് പരാതി പരിഗണിക്കാമെന്ന് സിംഗിൾ ജഡ്ജിയുടെ ഹൈക്കോടതി ഡിവിഷൻ ബഞ്ച് റദ്ദാക്കി.

പരാതിക്കിടയായ സംഭവം നടന്ന് ഒരു വർഷത്തിനകം പരാതി നല്കണമെന്നാണ് മനുഷ്യാവകാശനിയമത്തിലെ വ്യവസ്ഥ. ഈ കാലാവധി കഴിഞ്ഞാണ് പരാതി കിട്ടിയതെങ്കിലും പ്രശ്നത്തിന്റെ സവിശേഷത കണക്കിലെടുത്ത് കാലഹരണ പരിധി ഒഴിവാക്കാൻ കമീഷൻ തീരുമാനിച്ചിരുന്നു. ഈ തീരുമാനം ഹൈക്കോടതി സിംഗിൾ ജഡ്ജി ശരിയും വെച്ചു. ഇവ അട്ടിമറിച്ചു കൊണ്ടാണ്. ഡിവിഷൻ ബഞ്ചിന്റെ പുതിയ വിധി. ഡയറക്ടർ സമർപ്പിച്ച അപ്പീൽ പരിഗണിച്ചാണ് ഇപ്പോഴത്തെ വിധി.

ശരിക്കുള്ള വിദേശമദ്യം കിട്ടുമെന്ന് പറയപ്പെടുന്ന നഗരത്തിലെ പ്രധാനബാറിൽ കേട്ട സംഭാഷണം. ഇവിടെ പ്രസക്തമാണെന്ന് തോന്നുന്നു. "കാലഹരണപരിധി. മൺകട്ട.. അതിലെവിടെയാണ് നീതി? അവകാശം കാലഹരണപ്പെടുന്നതെങ്ങനെ?" ഇളമുറക്കാരന്റെ ചോര തിളച്ചു. ഇവിടെ പതിറ്റാണ്ടുകൾ കഴിഞ്ഞാണ് പല കേസിന്റേയും വിധി വരുക. അക്കാര്യത്തിൽ കോടതികൾക്ക് കാലഹരണപ്രശ്നം കണ്ടെത്താനാവുന്നില്ല. കാലഹരണപ്പെട്ട നിയമങ്ങൾ, അന്ധവും ബധിരവും മൂകവുമായ നിയമങ്ങൾ. കുരുടന്മാർ ആനയെ തപ്പി അറിയുന്നതുപോലെ ആരൊക്കെയോ ആ നിയമങ്ങൾ വ്യാഖ്യാനിക്കുന്നു. അതിലൊന്നും ആർക്കും പരാതിയില്ല. മനുഷ്യാവകാശം, മാനവികത. ശിരസ്സ് നഷ്ടപ്പെട്ട ആശയങ്ങൾ മാത്രമാണവ.

"നീ എന്തിനാ കാട് കയറുന്നത് അപ്പീൽ പോയാൽ പോരേ?" വക്കീൽ ഇടപെട്ടു.

"അപ്പീൽ കൊടുത്താൽ അനുകൂലമായ പുതിയ വിധി കിട്ടിയേക്കും. പക്ഷേ, എതിർകക്ഷി വീണ്ടും അപ്പീലിന് പോയാൽ ആ വിധിയും അട്ടിമറിക്കപ്പെടില്ലെന്ന് എന്താണുറപ്പ്?"

"കീഴ്ക്കോടതി വിധികൾ തുടർച്ചയായി മേൽക്കോടതി തിരുത്തുന്നു. കീഴ്ക്കോടതിയുടെ വധശിക്ഷ മേൽക്കോടതിയിൽ ജീവപര്യന്തമാക്കുന്നു.

കഠിനതടവ് വെറും തടവാക്കുന്നു. ഒക്കെയും അപ്പീൽ കൊടുത്താൽ മാത്രം."

"വില കുറഞ്ഞ നീതിയാണ് കീഴ്ക്കോടതികൾ നടപ്പാക്കുന്നതെങ്കിൽ അവ പൂട്ടരുതോ?... കൂടുതൽ മൂല്യബോധത്തോടെ അന്തസ്സോടെ വിധി തിരുത്തപ്പെടുമ്പോൾ അപക്വമായ കീഴ്ക്കോടതി വിധിക്കെതിരെ നടപടി ഉണ്ടാവുന്നുണ്ടോ?"

"അപ്പീൽ നല്കാത്ത പക്ഷം കീഴ്ക്കോടതി വിധി അതേ പടി നടപ്പാക്കാം. വധശിക്ഷയെന്നാൽ വധശിക്ഷ തന്നെ. നീതിബോധത്തിന്റെ കോമൺബാലൻസ് വിചിത്രം. പക്ഷേ, കോമൺ സെൻസ്."

"നോക്ക്. നീ കാര്യങ്ങൾ മനസ്സിലാക്കാതെയാണ് സംസാരിക്കുന്നത്." വക്കീലിന് രോഷം.

"കീഴ്ക്കോടതിയുടെ നിരീക്ഷണം വേണ്ടപോലെയല്ലെങ്കിൽ തിരുത്താൻ കൂടിയാണ് മേൽക്കോടതികൾ."

"മേൽക്കോടതിക്ക് തെറ്റു പറ്റിയാൽ?"

"അതിലും വലിയ മേൽക്കോടതിക്കു തന്നെ തെറ്റിയാലോ?"

"ഇവിടെ തെറ്റ് എന്ന പദപ്രയോഗം ശരിയല്ല." വക്കീൽ വിയോജിച്ചു. "വധശിക്ഷ പോലുള്ള കേസുകളിൽ രാഷ്ട്രപതിക്കു മുന്നിൽ ദയാഹർജി സമർപ്പിക്കാം."

"അദ്ദേഹത്തിന് ദയ തോന്നിയില്ലെങ്കിലോ? ദയ തോന്നാനും തോന്നാതിരിക്കാനും സാദ്ധ്യതയുണ്ട്. കാരണം, ദയ ഒരു വികാരം മാത്രമാണ് അതുണ്ടാവാനും ഹർജി കൊടുക്കണമെന്നത് വിചിത്രം."

"നോക്ക്, നീ ഇങ്ങനെയൊന്നും ചിന്തിക്കരുത്." വക്കീൽ.

"കീഴ്ക്കോടതികളുടെ എല്ലാവിധികളും അപ്പീൽ നല്കാതെ തന്നെ വേണ്ട സമയത്ത് തിരുത്താനുള്ള സംവിധാനം എന്തുകൊണ്ട് രൂപപ്പെടുന്നില്ല?"

"ഇങ്ങനെ വെറുതെ സംസാരിച്ചിട്ട് കാര്യമില്ല. വക്കീലിന് ക്ഷമ നശിച്ചു."

"എങ്കിൽ ഞാനവർക്ക് ജയ് വിളിക്കാം."

"വിദേശമരുന്നു കമ്പനികളുടെ കമീഷൻ പറ്റുന്ന ഡോക്ടർമാർ കീ ജയ്."

"വിദേശ ഗൂഢാലോചനകളുടെ ഡോക്ടർ ഏജന്റുമാർ പനപോലെ വളരട്ടെ."

വിളി ഉച്ചത്തിലായപ്പോൾ വക്കീൽ ഇളംമുറക്കാരന്റെ വിദേശ മദ്യഗന്ധമുള്ള വായ പൊത്തിപ്പിടിച്ചു. എങ്കിലും വാക്കുകൾ ഞെരുങ്ങി പുറത്തുവന്നു. "കോടതികൾ നീണാൾ വാഴട്ടെ."

സീബ്രാ ക്രോസ്

അവരും കഠിന തടവിലാണ്, കടകളിലെ ചതുരങ്ങളിൽ പെട്ടുപോയവർ. നഗരഹൃദയം ഞെക്കിഞെരുക്കുന്ന കടമുറികൾ. സാധനങ്ങൾ തിങ്ങി നിറഞ്ഞ മുറിയുടെ ഒരു കോണിലെ ചതുരം. ഉള്ളിലെ കസേര.

സമ്മതിക്കുന്നു. നിന്നു തിരിയാൻ ഇടമില്ലാത്ത ആ പെട്ടിയെ കൗണ്ടർ എന്നാണ് പറയുക. അതിൽ ദിനവും ഏതാണ്ട് പന്ത്രണ്ടു മണിക്കൂർ വർഷത്തിൽ എല്ലാ ദിവസവും ഞായറാഴ്ചകളോ വിശേഷ ദിവസങ്ങളോ ഒഴികെ ചിന്തിക്കുന്ന ഒരാൾക്ക് കഠിനമായ ഒരു ജയിൽ മുറിയാണത്. പോസിറ്റീവായി നോക്കുമ്പോൾ ചതുരങ്ങളിൽ പെട്ടുപോയവർ ജനങ്ങൾക്കായി സേവനം ചെയ്യുകയാണ്. അവർ മുന്നോട്ടുവെക്കുന്ന ചിരി അല്ലെങ്കിൽ കുശലാന്വേഷണം അതിനു പുറമേയാണ്. കൊള്ളലാഭം ലക്ഷ്യമിടുന്നവരെ തല്ക്കാലം മറക്കുക.

പൊലീസ് കോൺസ്റ്റബിൾ അതാണ് എന്റെ ജോലി. വിധിയുടെ അല്ലെങ്കിൽ സാഹചര്യത്തിന്റെ സമ്മർദ്ദംകൊണ്ട് കാക്കിക്കുള്ളിലായ ഒരാൾ. കാമ്പസ് ദിനങ്ങളിൽ ഞാൻ ചിത്രം വരച്ചു. പാട്ടുപാടി. കവിതയെഴുതാൻ ശ്രമിച്ചു. തേടിപ്പിടിച്ചു വായിച്ചു. സിനിമകൾ മുടങ്ങാതെ കണ്ടു. ക്രിക്കറ്റ്, ഫുട്ബോൾ തത്സമയ കാഴ്ചകൾക്കായി പലതും മാറ്റിവെച്ചു. വിനോദസഞ്ചാരകേന്ദ്രങ്ങൾ തേടിപ്പോയി.

എന്റെ ചില അടുത്ത സുഹൃത്തുക്കൾ ചതുരങ്ങളിൽ കഠിനത്തടവിലാണെന്ന് ഒരു നാൾ എനിക്ക് തോന്നിയത് അതൊക്കെ കൊണ്ടാവാം. അതൊരു വലിയ കണ്ടുപിടുത്തമാണെന്ന് എനിക്ക് തോന്നി. നഗരം വിസർജ്ജിക്കുന്ന പുകയും പൊടിയും ശ്വസിച്ച് ചതുരങ്ങളിലെ ആ ചങ്ങാതിമാർ ഇടയ്ക്ക് ശ്വാസകോശ രോഗങ്ങൾക്ക് ചികിത്സ തേടി. ചതുരത്തിലെ നിശ്ചലത ഒരാളെ പ്രമേഹരോഗിയാക്കി. ചതുരത്തിൽ നില്ക്കാൻ മാത്രം വിധിക്കപ്പെട്ട, പച്ചക്കറിക്കട നടത്തുന്നയാളുടെ കാലിലെ ഞരമ്പുകൾ പതി

വായി പൊട്ടി.

ഏറ്റവും കുഴപ്പം പിടിച്ച ചതുരം പച്ചക്കറി വില്ക്കുന്ന നായരുടേതാണ്. രണ്ടു മുറി വലുപ്പമുള്ള കട. വില കുറഞ്ഞ ഏതോ തടി കൊണ്ടു നിർമ്മിച്ച തട്ടുകൾ. തിങ്ങി നിറഞ്ഞ കുട്ടകളിൽ നിറങ്ങൾ വാരി വിതറുന്ന വിഭവങ്ങൾ. മച്ചിലും മുൻഭാഗത്തും തൂങ്ങുന്ന അനേകം വാഴക്കുലകൾ.

വലതുകോണിൽ ചതുരാകൃതിയുള്ള വിടവ്. കസേരയില്ലാത്ത ആ ചതുരത്തിനുള്ളിലേക്ക് ഇറങ്ങിയാൽ പൊളിഞ്ഞ കോൺക്രീറ്റിൽ ചവുട്ടി നില്ക്കണം– റോഡിനു സമാന്തരമായി പോകുന്ന ഓടയുടെ പൊട്ടിപ്പൊളിഞ്ഞ കോൺക്രീറ്റ് മൂടിയിൽ.

അവിടെ നിന്ന് എത്തി വലിഞ്ഞ് നായർ ഉരുളക്കിഴങ്ങും പാവക്കയും വെണ്ടക്കയും മറ്റും എടുത്ത് മൂന്നിലെ കോമൺ ബാലൻസിലേക്കിടുന്നു. ഒരു തവണയല്ല. മണിക്കൂറിൽ ആയിരം തവണ, സഹായിക്കാൻ രണ്ടു ജോലിക്കാരുണ്ട്. എങ്കിലും എല്ലാ കാര്യത്തിലേക്കും നായർ തന്റെ കൈ നീട്ടുന്നു. വെട്ടുമലക്കറിയുടെ കാര്യം തന്നെയെടുക്കൂ. പത്തുരൂപയുടേതായാലും നായർ തന്നെ വെട്ടും, പൊതിയും, കണക്കുകൂട്ടി പറയും, പണം വാങ്ങും. ബാലൻസ് കൊടുക്കാനായി തന്റെ പണപ്പെട്ടിയിൽ ചില്ലറ തപ്പുന്നതിനൊപ്പം അടുത്തയാൾക്കുള്ള വെള്ളരിയോ ചേനയോ മത്തനോ പഴയ വമ്പൻകത്തികൊണ്ട് വെട്ടുന്നുണ്ടാവും. വീണ്ടും തൂക്കുന്നു. വീണ്ടും പൊതിയുന്നു. വീണ്ടും കാത്തു നില്ക്കാൻ ആർക്കും സമയമില്ല. അതിനിടയിലും വിശേഷം തിരക്കാതെ നായർ പതിവുകാരെ വിടുന്ന പ്രശ്നമേയില്ല. എന്നു കരുതി സഹായികളുടെ തന്തയ്ക്കു വിളിക്കാനുള്ള ഒരവസരവും നായർ പാഴാക്കില്ല.

വിലക്കൂടുതലോ തൂക്കക്കുറവോ ആരോപിക്കുന്ന മുരടന്മാരെ എരിവുള്ള ചിരികൊണ്ടാണ് നായർ നേരിടുക. ഒരേസമയം ഒരുപാട് കാര്യങ്ങൾ ധൃതിയിൽ മുന്നോട്ടുകൊണ്ടുപോകുന്ന മാജിക്കിനിടെ തട്ടിനു താഴെയുള്ള നായരുടെ കാലുകളിൽ ചില ചുണ്ടെലികൾ മണക്കുകയോ നാവ് ഉരസുകയോ ചെയ്തെന്നിരിക്കും. ഇരുട്ടു വീണാൽ കടയിലെ വിഭവങ്ങൾ കട്ടെടുക്കാനായി വൻമൂഷികപ്പട തന്നെ ഓടയിൽ നിന്ന് ഇരച്ചു കയറും. പേയ് പിടിച്ച ഒരു എലി നായരുടെ കാലിൽ കടിച്ച സംഭവം ചരിത്രമാണ്.

എന്റെ വേറൊരു സുഹൃത്തായ ദാസൻ ബേക്കറി ഉടമയാണ്. നായരുടെ കടയുടെ നേരെ എതിർവശത്തുള്ള ദാസന്റെ ബേക്കറിയിലെ ചതുരത്തിൽ ഭംഗിയുള്ള കസേരയും ഫാനും ഉണ്ട്. എന്നാൽ, കടുത്ത പ്രമേഹ രോഗിയായ ദാസൻ തനിക്ക് വിലക്കപ്പെട്ട മധുരങ്ങൾക്ക് നടുവിലിരുന്നു കൊതിക്കുക, നായരെ പോലെ ഒന്നു നീണ്ടു നിവർന്ന് നില്ക്കാനായെങ്കിലെന്നാണ്.

ആവശ്യത്തിലേറെ വലിപ്പമുള്ള കസേര. ഉയരം കുറഞ്ഞ ദാസൻ അതിലിരിക്കുമ്പോൾ കാലുകൾ നിലത്ത് മുട്ടുകയില്ല. വശങ്ങൾ മറച്ചിട്ടുള്ളതുകൊണ്ട് ആരും കാണില്ല. എങ്കിലും നിലം തൊടാനാവാതെയുള്ള ആ ഇരിപ്പിൽ ദാസന് തന്റെ പഴയ പ്രൈമറി ക്ലാസിലെ ഉയരമുള്ള ബഞ്ച് ഓർമ്മ വരും. ആ ഓർമ്മ അമർത്താനായി ബേക്കറി സന്ദർശിക്കുന്നവരോട് ദാസൻ വിഡ്ഢിയെപ്പോലെ ചിരിക്കും. കുശലം പറയാൻ ശ്രമിക്കും.

പലർക്കും പരിചയം ഇഷ്ടമല്ലെന്നും കുശലം തലവേദനയാണെന്നും കണ്ടെത്തിയതുകൊണ്ട് ആളും തരവും നോക്കിയേ ദാസൻ തന്റെ വായ തുറക്കൂ.

ചതുരത്തിനുള്ളിൽ ദാസനെ പരിഭ്രമിപ്പിക്കുന്ന വേറൊന്നാണ് ടെലിഫോൺ. കേക്കിന്റെ വിലയറിയാനായി പോലും ആളുകൾ വിളിക്കും ബേക്കറിയുടെ പേര് കളയണ്ടെന്നു കരുതി ദാസൻ വാക്കുകൾ മൃദുവാക്കാൻ നോക്കും. കടയടച്ചാൽ ദാസൻ നേരെ നായരുടെ കടയിലേക്ക് ചെല്ലും. പതിവു കുശലങ്ങൾക്കുശേഷം അടുത്ത ദിവസം രാവിലെ കഴിക്കാനുള്ള പാവക്കയും വാങ്ങി വീട്ടിലേക്ക് നടക്കും. അപ്പോൾ നായർ കട അടയ്ക്കാൻ തുടങ്ങുകയാവും. അതു നീണ്ടു നില്ക്കുന്ന പ്രക്രിയയാണ്. പ്രദർശിപ്പിച്ചവയൊക്കെ അകത്തേക്കെടുക്കുമ്പോൾ നായർ മടുപ്പോടെ ഓർക്കുക അടുത്ത ദിവസം അതൊക്കെ വീണ്ടും പുറത്തേക്കെടുക്കുന്ന കാര്യമാവും.

പ്രകാശന്റെ മെഡിക്കൽ സ്റ്റോറിലെ കാര്യമോ? പ്രകാശന് ചതുരത്തിനുള്ളിലിരുന്ന് പണത്തിന്റെ കാര്യം ശ്രദ്ധിച്ചാൽ മതി. മരുന്നെടുത്തു കൊടുക്കാൻ ആവശ്യത്തിലേറെ പേരുണ്ട്. എന്നാൽ പ്രകാശന്റെ അഭിപ്രായത്തിൽ ലോകത്തെ ഏറ്റവും വൃത്തികെട്ട ജോലിയാണത്– പണവുമായുള്ള നിരന്തര സമ്പർക്കം. പഴകി മുഷിഞ്ഞ് അറപ്പുണ്ടാക്കുന്ന കടലാസുരൂപ ആളുകൾ കൈയിലെടുക്കുന്നതു കാണുമ്പോൾ പ്രകാശന് ഓക്കാനം വരും. ആളുകൾ വേണമെങ്കിൽ അവയെ ഓമനിക്കുകയോ മാറോടണയ്ക്കുകയോ ചെയ്യും. കാരണം, കൂറയടിഞ്ഞ ആ വൃത്തികെട്ട കടലാസു തുണ്ടുകളാണ് അവരുടെ ദിവസങ്ങൾ മുന്നോട്ട് കൊണ്ടുപോകുന്നത്. ലോകത്തെ സകല അഴുക്കും പേറുന്ന ക്ലാവിന്റെ ഗന്ധമുള്ള നാണയത്തുട്ടുകളെ പ്രകാശൻ കൂടുതൽ വെറുക്കുന്നു. പ്രകാശന്റെ കൈവിരലുകളിൽ മുറിവുണ്ടാക്കുന്നു. പണത്തിന്റെ അഴുകിയ ഗന്ധം കൈയിൽ നിന്ന് കളയാൻ മുന്തിയ സോപ്പുകൾക്ക് തന്നെ കഴിയില്ലെന്ന് പ്രകാശൻ വിശ്വസിക്കുന്നു.

ബില്ലും പണവുമായുള്ള പന്ത്രണ്ടു മണിക്കൂർ പോരാട്ടം പതിവിലേറെ സങ്കീർണ്ണമായ ഒരവസരത്തിൽ പ്രകാശന്റെ തലച്ചോറ് കടയടച്ചിട്ടും ഗണിതം അവസാനിപ്പിച്ചില്ല. ആ വിഭ്രാന്തി പ്രകാശനെ മനോരോഗ വിദഗ്ദ്ധന്റെ മുന്നിലെത്തിച്ചു. അങ്ങനെ ഉറങ്ങണമെങ്കിൽ പ്രകാശന് ഗുളിക വേണമെന്നായി. തന്റെ മെഡിക്കൽ ഷോപ്പിൽ നിന്ന് നേരിട്ട് എടുക്കാവുന്ന ഗുളിക. ഒരിക്കൽ അതിന്റെ പാർശ്വഫലങ്ങളെക്കുറിച്ച് മരുന്ന് എടുത്തു കൊടുക്കുന്നവരിലെ പണ്ഡിതൻ ഒരു പ്രസംഗം നടത്തി. എന്നും രാത്രി ഗുളിക വിഴുങ്ങുമ്പോൾ പ്രകാശന്റെ ചെവിയിൽ പണ്ഡിതന്റെ വാക്കുകൾ മുഴങ്ങും. എന്നാൽ ഒന്നുറങ്ങിക്കിട്ടാൻ വിഷം തന്നെയും അകത്താക്കാൻ പ്രകാശൻ ഒരുക്കമായിരുന്നു.

എന്റെ ഈ സുഹൃത്തുക്കൾ ആളുകളുടെ കണ്ണിൽ മുതലാളിമാർ ആണെന്നോർക്കണം. അവർക്ക് സ്വന്തം കടയും ഇരുനില വീടും കാറും കാര്യമായ ബാങ്ക് ബാലൻസും ഉണ്ട്. കട അവർക്ക് പൈതൃകമായി കിട്ടി. അച്ഛനും മുത്തച്ഛനും കട നടത്തിയിരുന്നതുകൊണ്ട് അവരും അതു ചെയ്യുന്നു.

അവർ ഭാഗ്യം കുറഞ്ഞവരാണോ. ഒരു തൊഴിലിനായി അലയേണ്ടിവന്നില്ല. മേലുദ്യോഗസ്ഥന്റെ മുന്നിൽ തലചൊറിഞ്ഞ് നില്ക്കേണ്ടി വരുന്നില്ല. ചെറുതെങ്കിലും സാമ്രാജ്യം സ്വന്തം. എന്നാൽ ആ പന്ത്രണ്ടു മണിക്കൂറിന്റെ കാര്യം? ആ നേരമത്രയും ഒരു കസേരയ്ക്ക് കഷ്ടിച്ചിടയുള്ള ചട്ടക്കൂടിനുള്ളിൽ.

പക്ഷേ, അവർ മുതലാളിമാരാണ്. രാപകൽ ചതുരത്തിനുള്ളിൽ തിരിയുകയും പിരിയുകയും ചെയ്യുന്ന, കോട്ടുവായിടുന്ന, യാന്ത്രികമായി ചിരിക്കുന്ന മുതലാളിമാർ, അവർ വല്ലപ്പോഴും കുശലം പറയുന്നു. വർഷങ്ങൾ കൂടുമ്പോൾ ചിരിക്കുന്നു. ശേഷിക്കുന്ന പന്ത്രണ്ടു മണിക്കൂറോ? എട്ടു മണിക്കൂർ ഉറങ്ങി കളയുന്നു. ദിനചര്യകൾ, രാവിലെയുള്ള നടത്തം മറ്റു കാര്യങ്ങൾ, എല്ലാറ്റിനും കൂടി വെറും നാലു മണിക്കൂർ.

രണ്ട്

എന്തൊക്കെ തിരക്കുണ്ടായാലും ഞങ്ങൾ ഒഴിവു ദിവസങ്ങളിൽ ഒത്തു കൂടിയിരുന്നു. വിശേഷിച്ച് ഞായറാഴ്ചകളിൽ. കാർഡ്സ് കളി, പരദൂഷണം, സായാഹ്നസവാരി, മദ്യപാനം തുടങ്ങിയ അംഗീകൃത കലാപരിപാടികൾ എല്ലാം ഉണ്ടാവും. അന്ന് ഞങ്ങൾ കൂടുന്നതിനു മുമ്പ് തന്നെ ഞാൻ ഒരു ലാർജ് അകത്താക്കിയിരുന്നു. അവർക്കൊപ്പം ഒന്നുകൂടി.

നഗരത്തിലെ പ്രധാന ഗുണ്ടയായ വാസുവിന്റെ ജയിൽവാസമായിരുന്നു അന്നത്തെ ചർച്ചാവിഷയം. ഗൾഫിൽ പോയി വരുന്നതുപോലെയാണ് വാസു ജയിലിൽ പോയി മടങ്ങുക. മയക്കുമരുന്നിന്റെ ഹോൾസെയിൽ ഡീലറുടെ ശിഷ്യനായ വാസുവിന് ജയിലിൽ മൊബൈൽ ഫോൺ ഉൾപ്പെടെ എന്തും കിട്ടും. ഓരോ ജയിൽവാസവും കരുതിക്കൂട്ടിയുള്ള സ്പോൺസർ പരിപാടികളാണ്. തിരിച്ചെത്തുമ്പോൾ ബിസിനസ് ഒന്നുകൂടി പച്ച പിടിച്ചിരിക്കും. സ്വാതന്ത്ര്യദിനം, റിപ്പബ്ലിക് ഡേ, ഗാന്ധി ജയന്തി തുടങ്ങി പ്രധാന വിശേഷ ദിവസങ്ങളിലൊക്കെ ജയിലിനുള്ളിൽ വാസുവിന്റെ വക ഗംഭീര സദ്യ ഉറപ്പാണ്. അയാൾ അകത്തായാലും പുറത്തായാലും അതിൽ മാറ്റമുണ്ടാവില്ല.

“വാസ്തവത്തിൽ നിങ്ങളെപ്പോലുള്ളവരാണ് എന്നും തടവിൽ കഴിയുന്നത്; സ്വയം സൃഷ്ടിച്ച ചതുരങ്ങളിൽ.” അതുവരെ എന്റെ ചിന്തകളിൽ മാത്രം കിടന്ന കാര്യം പെട്ടെന്ന് പുറത്തുചാടി.

“...തൊഴിൽ ഇല്ലാത്തതുപോലെ ഭീകരമാണ്, ഇഷ്ടമല്ലാത്ത ഏതെങ്കിലും തൊഴിലിൽ ചടഞ്ഞുകൂടേണ്ടി വരുന്നത്.”

അസ്തിത്വദുഃഖം തലയ്ക്കു പിടിച്ച ദാർശനികനെപ്പോലെ ഞാനവരുടെ തലച്ചോറിൽ ബോംബിടാൻ നോക്കി.

“നിങ്ങൾക്ക് സൗകര്യങ്ങൾ ഉള്ളതും പലർക്കും അതൊന്നുമില്ലാത്തതും തമ്മിൽ വ്യത്യാസമൊന്നുമില്ല. ഇല്ലാത്തവർക്ക് ഇല്ലായ്മ കാരണം ഒന്നും ചെയ്യാനാവുന്നില്ല.; ഉണ്ടെങ്കിലും നിങ്ങളൊന്നും ചെയ്യുന്നില്ല. ഭേദം ഇല്ലാത്തവരുടെ അവസ്ഥ തന്നെയാണ്.” അത്രയും പറഞ്ഞശേഷം അവർ കഴിഞ്ഞുപോരുന്ന ചതുരങ്ങളെക്കുറിച്ച് മനസ്സിൽ വന്നതൊക്കെ ഞാൻ

വിളിച്ചു പറഞ്ഞു. ഉദാഹരണങ്ങൾ സഹിതം.

ആ വാചകമടി എന്തെങ്കിലും തരത്തിൽ അവരെ സ്വാധീനിക്കുമെന്ന് ഞാൻ കരുതിയില്ല. എന്നാൽ, എന്നെ വിസ്മയിപ്പിച്ചു കൊണ്ട്, ഒന്നു രണ്ടു മാസത്തിനകം മൂന്നുപേരുടെയും കടകളിലെ ചതുരങ്ങളിൽ പുതിയ ജോലിക്കാർ പ്രത്യക്ഷപ്പെട്ടു. ഏറ്റവും തിരക്കേറിയ മണിക്കൂറുകളിലൊഴികെ അവർ കടകൾ വിട്ടുനിന്നു. ഫലം? ഒഴിവു ദിവസങ്ങളിലെ കലാപരിപാടികൾ എല്ലാ ദിവസവും ഞങ്ങൾ കൊണ്ടാടി. മദ്യസേവയുടെ കാര്യത്തിൽ പുതിയ റെക്കാർഡ് തന്നെ ഇട്ടു. എന്നാൽ വളരെ പെട്ടെന്ന് പുതിയ പതിവുകൾ എനിക്കും അവർക്കും മടുത്തു തുടങ്ങി. ഞങ്ങൾ അത് പരസ്പരം പറഞ്ഞില്ല. എന്നാൽ എല്ലാം വ്യക്തമായിരുന്നു.

ഒടുവിൽ സമയം കളയാനായി അവർ എന്റെ പൊലീസ് ജോലിയെ ആക്രമിച്ചു. "വാസ്തവത്തിൽ താനാണ് ഒരുപാട് ചതുരങ്ങൾക്കുള്ളിൽ... ഒരു പൊലീസുകാരന് എന്ത് സ്വാതന്ത്ര്യം? പൊലീസ് നിയമം... സർവ്വീസ് റൂൾസിലെ ചങ്ങലകൾ.." ദാസൻ നല്ല ഫോമിലായി... "അല്ലെങ്കിൽ ഈ ലോകത്ത് ആരാണ് ചതുരങ്ങൾക്കു പുറത്ത് ജീവിക്കുന്നത്?" പ്രകാശൻ പ്രശ്നത്തെ ആഗോളവല്ക്കരിച്ചു. "ഒരുപാട് തലമുറകൾ നടന്നു നടന്ന് പതിഞ്ഞ വഴികൾ... സുരക്ഷിതംമെന്നു തോന്നുന്നതുകൊണ്ട് ആളുകൾ വീണ്ടും വീണ്ടും അതിലൂടെ നടക്കുന്നു പുതിയ വഴികളിലെ അപകടം ഭയന്ന് റിസ്ക് എടുക്കാൻ കഴിയാതെ..."

"നോക്ക് കടകളിൽ അടങ്ങിയൊതുങ്ങി സ്വീകരിക്കാതിരുന്നാൽ കാശു മൊത്തം ജോലിക്കാരുടെ കൈകളിലാവും." ഞാൻ നിലപാടു മാറ്റുകയായിരുന്നു. "മദ്യപിച്ച് മരിക്കുന്നതിനെക്കാൾ നല്ലത് ബോറടിച്ചു മരിക്കുന്നതാണ്. കടകളിലിരുന്നാൽ സമ്പാദിക്കാനെങ്കിലും കഴിയും." ഞാൻ വാക്കുകൾക്ക് മൂർച്ച കൂട്ടാൻ നോക്കി. "തുരുമ്പെടുത്ത് ഇല്ലാതാവുന്നതിലും ഭേദം തേഞ്ഞുതേഞ്ഞ് ഇല്ലാതാവുന്നതാണ്. ജീവിതത്തിന്റെ ക്വാളിറ്റി ഉയർത്താൻ കഴിയാത്ത പുതിയ സമ്പ്രദായങ്ങൾ കൊണ്ട് എന്തുനേട്ടം?"

മാസങ്ങൾ കഴിഞ്ഞപ്പോൾ അവർ പഴയ പതിവുകളിലേക്ക് തിരിച്ചുപോയി. ചതുരങ്ങളിലെ പകരക്കാർ പിൻവലിക്കപ്പെട്ടു. വീണ്ടും ചതുരങ്ങളിൽ സ്ഥാനം പിടിച്ചപ്പോൾ അവർക്ക് ഉന്മേഷം കിട്ടിയതായി തോന്നി. ആ മടങ്ങിപ്പോക്ക് എന്നെ സംബന്ധിച്ചിടത്തോളം ചീത്ത ആയിരുന്നില്ല. എങ്കിലും മൂഷികസ്ത്രീ പിന്നെയും മൂഷിക സ്ത്രീ ആയ കഥപറഞ്ഞ് ഞാനവരെ കളിയാക്കി. അടിസ്ഥാനപരമായി അവർക്കുമേൽ പൊള്ളയായ ഒരുതരം ആധിപത്യം സ്ഥാപിച്ചെടുക്കാൻ തന്നെയായിരുന്നു അസൂയക്കാരനായ എന്റെ ശ്രമം.

"പഴയ നായകളെ പുതിയ തന്ത്രങ്ങൾ പഠിപ്പിക്കാൻ ആർക്കും കഴിയില്ല."

എന്റെ കളിയാക്കലിനോടുള്ള പ്രകാശന്റെ ആ കമന്റ് അവരും ഞാനും ശരിക്ക് ആസ്വദിച്ചു. സ്വയം കളിയാക്കി ചിരിക്കുന്ന അവർ എന്നെ അത്ഭുതപ്പെടുത്തി.

ഇൻവേഡ് ജേണി

ഒറ്റ വെടിയുണ്ടയേ നഷ്ടപ്പെട്ടുള്ളൂ. കണ്ണിലൂടെ തല തുളച്ച്...

ചോര മുഖത്തു തെറിച്ചു വീണതാണ്, ചൂടുള്ള നേരിയ ചൊറിച്ചിൽ... പച്ചമാംസത്തിന്റെ ഗന്ധം... മൂക്കിനരികിലൂടെ അരിച്ച് ചുണ്ടിലെത്തുന്നു... കർചീഫെടുത്തു തുടച്ചു...

മേശയിൽ നെഞ്ചുചേർത്തു ചരിഞ്ഞുള്ള അവസാന കിടപ്പ്... കിടക്കട്ടെ... ചോര മേശയാകെ പടരുകയാണ്...

പ്രകോപിപ്പിക്കുകയായിരുന്നില്ലേ? മനോരോഗവിദഗ്ദ്ധനെ കാണണമെന്നു പറയാമായിരുന്നു. അല്ലെങ്കിൽ റഫർ ചെയ്തുകൊണ്ടുള്ള കത്ത് കവറിനുള്ളിലാക്കി ഒട്ടിക്കാതിരിക്കാമായിരുന്നു.. ഭദ്രമായി ഒരുക്കിയ കവർ നീട്ടിയപ്പോൾ രോഷം അടക്കാനായില്ല. കവർ വലിച്ചുകീറി കത്തിലൂടെ കണ്ണോടിച്ചപ്പോൾ ചോര തലച്ചോറിലേക്ക് ഇരച്ചു കയറി. 'എ റെയർ കേസ് ഓഫ് പരനോയ്ഡ് സ്കിസോഫ്രീനിയ' കണ്ണിൽ ചൂടുള്ള ഇരുട്ട് പരന്നു. പല്ലുകൾ കൂട്ടിയിടിച്ചു. വലതുകൈ തോക്കിലെത്തിയതും മുന്നിലെ പതറിയ നോട്ടത്തിലേക്കു നിറയൊഴിച്ചതും റിഫ്ളക്സ് പോലെ... ബാസ്റ്റഡ് അവന്റെയൊരു കണ്ടെത്തൽ... സ്കിസോഫ്രീനിയ... ഇൻവേഡ് ജേർണി... മുഴുഭ്രാന്ത്...

കുറ്റബോധമില്ല.. ഭയം തീരെയില്ല... വല്യേടത്തി അറിഞ്ഞാൽ... എങ്ങനെ അറിയാനാണ്. ഒരു ടെലഫോൺ കോൾ... നിമിഷങ്ങൾക്കകം അപകടമോ ആത്മഹത്യയോ ആയി മാറും. ലോക പൊലീസിന്റെ വമ്പൻ ചാരക്കണ്ണുകളെ വെട്ടിച്ച് അണുപരീക്ഷണം നടത്തി. പിന്നെയാണീ... അണുവായുധ വ്യാപനനിരോധം.. മാനവികത.. നോൺസെൻസ്...

ഭിത്തിയിൽ വെടിയേറ്റ പാട്? ആരു കാണാനാണ്... അന്വേഷണം

ആ വഴിക്കു നീണ്ടാൽത്തന്നെ കൗൺസലിങ്ങിനെത്തിയ ഏതോ അരക്കിറുക്കന്റെ വെടിയേറ്റ്... അതീവ രഹസ്യമായ ഈ കൂടിക്കാഴ്ചയ്ക്ക് എന്തു തെളിവ്? അയാളുടെ ഡയറിയിലോ മറ്റു രേഖകളിലോ പെടുത്താൻ സാവകാശം കൊടുത്തില്ലല്ലോ.. രേഖപ്പെടുത്തിയെങ്കിൽത്തന്നെ ഇയ്യാളെപ്പോലൊരു സാധാരണ മനശ്ശാസ്ത്രജ്ഞനെത്തേടി ഒരു വി വി ഐ പി എത്തുമെന്ന് ആരു വിശ്വസിക്കാൻ... അരാഷ്ട്രീയ ബുദ്ധിജീവിയായ ഒരു ശരാശരി മനഃശാസ്ത്രജ്ഞന്റെ ഭാവന... അല്ലെങ്കിൽ അരക്കിറുക്കനായ ഒരു മനഃശാസ്ത്രജ്ഞന്റെ...

മനഃശാസ്ത്രജ്ഞൻ. മണ്ണാങ്കട്ട... മനസ്സമാധാനം തേടി... ഛെ... ഛെ.. മനശ്ശാന്തി. ഇയ്യാളാര് അവതാരപുരുഷനോ... വാർത്തയാവണ്ടെന്നു കരുതി ആ ഡോക്ടറാണ് ഇത്രയും സാധാരണമായൊരിടം മുന്നോട്ടുവച്ചത്. ഡോക്ടറുടെ സുഹൃത്താണ്... ഇനി ഡോക്ടർ പ്രശ്നം ഉണ്ടാക്കിയാൽ? ഒരു സ്വാഭാവികമരണം കൂടി.... ശരിയല്ല, ഡോക്ടറെക്കുറിച്ച് അങ്ങനെ ചിന്തിച്ചതുതന്നെ തെറ്റ്. പതിറ്റാണ്ടുകൾ നീണ്ട ആ ബന്ധം... ഒരു സാഹചര്യത്തിലും അയാൾ നന്ദികേടു കാട്ടില്ല... അല്ലെങ്കിൽത്തന്നെ ഇതയാളുടെ വെറും പരിചയക്കാരനാവാനേ തരമുള്ളൂ. അതിലപ്പുറമായാലെന്ത്? സൗഹൃദം, സ്നേഹം... മണ്ണാങ്കട്ട... ഡോക്ടർക്കു പ്രായോഗികമായി ചിന്തിക്കാനറിയാം. വല്യേടത്തിയുടെ ചെവിയിലെത്തിയാൽ?.... ഓ... കൂടിപ്പോയാൽ ഒരു കുറ്റപ്പെടുത്തൽ അല്ലെങ്കിലൊരു ഭീഷണി... അതു തണുക്കാൻ. തണുക്കേണ്ടത് അവരുടെ കൂടി ആവശ്യമാണ്. ഇല്ലെങ്കിൽ കുടുക്കാൻ പ്രശ്നങ്ങൾ എത്രയെങ്കിലും... അല്പം ചെളിയിൽ ഇറങ്ങേണ്ടിവരുമെന്നു മാത്രം... ഈ ചെറിയ കാര്യത്തിനുവേണ്ടി... ഏയ് വലിയ വലിയ പ്രശ്നങ്ങൾ ഉണ്ടായാൽപ്പോലും...

എല്ലാം ചിതറിക്കിടക്കുകയാണ്.. ഇയാൾ അതെവിടെയാണു വച്ചത്– ആ ഫയൽ?.... എല്ലാം വ്യക്തമായി എഴുതിയിട്ടുണ്ടാവണം... അതിൽ പേരുണ്ടാവും.... സാരമില്ല.... പക്ഷേ, പറഞ്ഞ കാര്യങ്ങൾ– കുമ്പസരിച്ച രഹസ്യങ്ങൾ?.... ഐഡന്റിറ്റി വ്യക്തമാക്കാൻ അതു സഹായിച്ചേക്കും... എന്തൊക്കെയാണ് പറഞ്ഞുതുലച്ചത്... ഛെ...

ഫ്രീ അസോസിയേഷൻ... മണ്ണാങ്കട്ട. 'കൗച്ചി'ലിരുന്നു മനസ്സിനെ അലയാൻ വിട്ടപ്പോൾ സുഖം തോന്നി... നിയന്ത്രണം നഷ്ടപ്പെട്ടപോലെ എന്തൊക്കെയോ പറഞ്ഞു... സംഭവങ്ങൾ വാക്കുകൾ ശൂന്യതയിൽ നിന്നു വലിച്ചെടുത്ത്... വേണ്ടിയായിരുന്നു... ഒരു വാക്കും വിടാതെ അയാൾ കൗച്ചിനു പിറകിലുള്ള കസേരയിലിരുന്നു കുറിച്ചെടുക്കുന്നതു കണ്ടപ്പോഴേ അവസാനിപ്പിക്കേണ്ടതായിരുന്നു. കുറിച്ചെടുക്കുമെന്നും രഹസ്യമായി സൂക്ഷിക്കുമെന്നും അറിയിച്ചതല്ലേ. എന്നിട്ടും... കൗച്ചിലേക്കു ക്ഷണിച്ചപ്പോഴേ നിരസിക്കേണ്ടതായിരുന്നു. എന്തു സംഭവിക്കുമെന്ന് അറിയാമായിരുന്നോ? ഇനി ഓർത്തിട്ടെന്താണ്? എത്രയും പെട്ടെന്നു ഫയൽ കണ്ടെത്തണം, പിന്നെ...

കരുതിയതുപോലെ തന്നെ കേസ് ഫയലിൽ പേരും വിലാസവും വ്യക്ത

മായുണ്ട്. പറഞ്ഞ സംഗതികൾകൂടിയാവുമ്പോൾ... തിരഞ്ഞതു നന്നായി. കൊച്ചുകുട്ടിയുടേതെന്നു തോന്നിപ്പിക്കുന്ന അക്ഷരങ്ങളാൽ.... ഒക്കെയും പറഞ്ഞതാവും..

"........അതേ..... മനസ്സിലായി.... മനസ്സിൽ കടന്നുവരുന്ന സംഗതികളൊക്കെ പറയുക.... പറയാം, എല്ലാം പറയാം..... ഇനി നിങ്ങളെന്തിന് ഒളിച്ചുവയ്ക്കണം?"

മറ്റാരെങ്കിലും?.... ഈ ചുവരുകൾക്കുപോലും ചെവികളുണ്ട്. അവയ്ക്കു പിറകിൽ ഒളിച്ചു നില്ക്കുന്നവരെ എനിക്കു കാണാനാവും... ചാരന്മാർ അവരുടെ പൂച്ചക്കണ്ണുകൾ എല്ലാം കാണുന്നു. അതേ.... ചുറ്റും ശത്രുക്കളാണ്... ശത്രുക്കൾ മാത്രം..... അവർ നിരന്തരം ചാരപ്പണി നടത്തുന്നു... ദൗർബ്ബല്യങ്ങളും ശക്തിയും മനസ്സിലാക്കുന്നു. പറ്റിയ അവസരമെന്നു കണ്ടാൽ ആക്രമിച്ചു കീഴടക്കുന്നു. ഒക്കെയും എതിർപാർക്കണം. പ്രതിരോധിക്കണം... ശത്രുവിന്റെ പീഡനകാലം വളർന്നു കൊഴുക്കാനുള്ള കാലമാണ്.... അവഗണിച്ചാൽ ശത്രു കഷ്ടകാലത്തെ അതിജീവിച്ചു തഴച്ചു വളരും..,.. വളരാൻ അനുവദിച്ചുകൂടാ... എല്ലാം ശത്രുക്കളാണ്... ഓരോ മനുഷ്യനും അപരനെ അപേക്ഷിച്ച് ഓരോ ചെന്നായ ആണ്... ചാടിവീഴാൻ തക്കം നോക്കി പതിയിരിക്കുന്ന ചെന്നായ്ക്കൾ.... ലോകത്തെവിടെയും. എക്കാലത്തേക്കും രണ്ടുപേർക്ക് ഒന്നാവാൻ കഴിയുന്നില്ല. അബോധപരമായി പരസ്പരം വെറുക്കുന്നവർ, കടിച്ചുകീറാൻ മോഹിക്കുന്നവർ അതു പുറത്തു കാട്ടാനാവാതെ സ്നേഹം ഭാവിച്ച് കൈകോർത്തുനടക്കുന്നു... എപ്പോഴും നിയന്ത്രണം ഒരാൾ ഏറ്റെടുക്കുന്നു. പ്രതാപിയായ ആൾ ഒരാളിന്റെ വീര്യം കുറഞ്ഞെന്നു കാണുമ്പോൾ അപരൻ അയാളെ കീഴടക്കുന്നു. അധീശത്വം നേടുന്നു... അടിച്ചമർത്തപ്പെട്ടവർ തന്റെ ഊഴത്തിനായി കാത്തിരിക്കുന്നു. അച്ഛൻ, മക്കൾ, സുഹൃത്തുക്കൾ, സഹോദരങ്ങൾ, ഭാര്യ, ഭർത്താവ്...

ഭരിക്കുന്നവൻ അല്ലെങ്കിൽ ഭരിക്കപ്പെടുന്നവൻ. ഒത്തുപോകുന്ന ഏതു രണ്ടു മനുഷ്യരും അതിൽ ഒന്നുമാത്രമാണ്... ഇരുവരുടെയും മനസ്സിൽ പകയുടെ തീ ആളിപ്പടരാൻ കാത്തിരിക്കുകയാണ്.

രാഷ്ട്രങ്ങൾ... പ്രസ്ഥാനങ്ങൾ എല്ലാം പകയുടെ തീ അകത്ത് അമർത്തിപ്പിടിക്കുകയാണ്, ശത്രുതയുടെ പ്രതികാരത്തിന്റെ അഗ്നി... രാജ്യങ്ങൾ വിദ്വേഷത്തിന്റെ കലവറ ഉള്ളിലൊതുക്കുന്നു... ഭരണാധിപന്മാർ, പ്രതിനിധികൾ എല്ലാവരും പരസ്പരം കാണുമ്പോൾ ചിരിച്ചുകാട്ടുന്നു... സഹകരണം വാഗ്ദാനം ചെയ്യുന്നു... എന്തിന്? സ്വന്തം മേൽക്കോയ്മ ഉറപ്പിക്കാൻ വേണ്ടി... അപരനെ പ്രതിരോധിക്കാൻ വേണ്ടി...

"ലോക പൗരൻ" ഏക മനുഷ്യൻ... "യൂണിവേഴ്സൽ മാൻ." റബിഷ് ബർട്രന്റ് റസ്സലിന്റെ മണ്ടൻ ആദർശങ്ങൾ... ഓരോ മനുഷ്യനും ഓരോ തുരുത്താണ്.. ഏകനാണ്. അവനു സ്വയം രക്ഷിക്കേണ്ടതുണ്ട്. സ്വന്തം മേല്ക്കോയ്മ സ്ഥാപിക്കേണ്ടതുണ്ട്...

"ഞാൻ" അതു മാത്രമേ സത്യമായുള്ളു... "ഞാൻ" എന്നെ രക്ഷി

ക്കാൻ വട്ടം കൂട്ടുന്നു... സ്വയം സേവിക്കാൻ സംഘങ്ങൾ ഉണ്ടാക്കുന്നു... പ്രത്യയശാസ്ത്രങ്ങൾക്കു രൂപംകൊടുക്കുന്നു. പാർട്ടികൾ, സംഘടനകൾ, ആധിപത്യ സംവിധാനങ്ങൾ എല്ലാം എനിക്കു വേണ്ടിയാണ്....

"ഞാൻ" എല്ലാവിധ കൂട്ടായ്മകളെയും അതിജീവിച്ച് മേല്ക്കോയ്മ ഉറപ്പിക്കുന്നു. അങ്ങനെ കൂട്ടായ്മകൾ, പാർട്ടികൾ എന്റെ പേരിൽ അറിയപ്പെടുന്നു. എന്റെ പിന്നിൽ നടക്കുന്ന പാർട്ടിയെ ഉപയോഗിച്ചു രാജ്യം പിടിച്ചെടുക്കുന്നു. ആധിപത്യം അതിനെന്നെ തുണയ്ക്കുന്നു. രാജ്യത്തിന്റെ അധിപനെന്ന നിലയ്ക്ക് രാജ്യത്തെ സംരക്ഷിക്കേണ്ടത്, ശത്രുരാജ്യങ്ങളെ എതിർക്കേണ്ടത് എന്റെ പ്രഖ്യാപിത സുഖത്തിന് ആവശ്യമാണ്... എന്റെ അടിയന്തര ലക്ഷ്യങ്ങൾ നേടാൻ...

"ലോക മനസ്സാക്ഷി", "ഒറ്റമനുഷ്യൻ" "മാനവികത, ഗ്രൂപ്പ് മൈൻഡ്" ഒക്കെയും വെറും സങ്കല്പങ്ങളാണ്. എന്നെ സംരക്ഷിക്കാനുള്ള ന്യായീകരണങ്ങൾ... ഞാൻ ഉൾപ്പെടാത്ത പാർട്ടികൾ, ഗ്രൂപ്പുകൾ അവരുടെ എതിർപ്പിലൂടെ എന്റെ നിലനില്പ് ഉറപ്പാക്കുകയാണ്.

മറ്റു രാജ്യങ്ങൾ അവ വേറെ ആരെയൊക്കെയോ നിലനിർത്താനുള്ള സംവിധാനങ്ങളാണ്... എന്നെ നിലനിർത്താനും അവയുടെ സാന്നിദ്ധ്യം ആവശ്യമാണ്. അവ സ്വന്തം നിലനില്പിനായി എന്നെ സംഹരിക്കാൻ തക്കം കാത്തുകഴിയുകയാണ്... അതിനു മുൻപ് എനിക്കവരെ പാടേ തകർക്കണം. അതിനിടയിൽ ഞാനും തകർക്കപ്പെട്ടാൽ... അപ്പോഴാണ് ഞാൻ എന്നെ ശരിക്കും കണ്ടെത്തുക.. എന്റെ അന്തിമലക്ഷ്യം,... ആ തിരിച്ചുപോക്ക്....

യുദ്ധം... ആവേശകരമായത് അതു മാത്രമാണ്... അതിനായി ആവുന്നത്ര ആയുധങ്ങൾ ശേഖരിച്ചുകൊണ്ടേയിരിക്കണം. വല്ല്യേടത്തി വില പിടിപ്പുള്ള സാരികളും ആഭരണങ്ങളും ശേഖരിക്കാറുള്ളതുപോലെ... ഏറ്റവും. ഏറ്റവും മുന്തിയ ആയുധങ്ങൾ... അങ്ങേയറ്റം ശക്തമായ സൈന്യങ്ങൾ... അത്യാധുനിക...

അപകടഘട്ടം കഴിയുന്നതുവരെ ആയുധശേഖരണവും പ്രതിരോധ പരീക്ഷണങ്ങളും പരമരഹസ്യമായി സൂക്ഷിക്കണം. പിന്നെ പരസ്യമാക്കണം. ശത്രു ഭയക്കണം. ഭയന്ന ശത്രുവിനെ കീഴടക്കാൻ എളുപ്പമാണ്. ശത്രുവും ആയുധങ്ങൾ ശേഖരിക്കട്ടെ... പരീക്ഷണങ്ങൾ തുടരട്ടെ.. അടിസ്ഥാനപ്രശ്നങ്ങളിൽ നിന്നകന്ന് അന്തംവിട്ട് എന്തു ചെയ്യട്ടെ... അപ്പോൾ തളരും... അല്ലെങ്കിൽ ആക്രമിക്കാൻ തയ്യാറാവും.,...

സഹകരണം... നോൺസെൻസ്... അതു മറ്റൊരു മുഖംമൂടിയാണ്... ശത്രുതയുടെ ജനസമ്മതി നേടിയ പേര്... സഹകരണ വാഗ്ദാനങ്ങൾക്കു പിന്നിൽ സംഹാരദാഹത്തിന്റെ തേറ്റപ്പല്ലുകൾ ഒളിച്ചുവച്ചിരിക്കുന്നു.. ഒരു ചേരിയിലും ചേരാതെ വിഘടിച്ചു നില്ക്കണം. ഇബ്സനല്ലേ പറഞ്ഞത് ഒറ്റയ്ക്കു നില്ക്കാൻ കഴിയുന്ന വ്യക്തിയാണ് ഏറ്റവും ശക്തനെന്ന്. ഒറ്റയ്ക്കു നില്ക്കണം. രാജ്യവും ഒറ്റയ്ക്കു നില്ക്കണം. വിഘടിച്ച് വിഘടിപ്പിച്ച് വിഘടനത്തെ പ്രോത്സാഹിപ്പിച്ച്...

വിഘടനവാദം... അതിന്റെ സാദ്ധ്യതകൾ ഇനിയും ചൂഷണം ചെയ്യണം... രാജ്യങ്ങൾ, സംസ്ഥാനങ്ങൾ, വർഗ്ഗീയശക്തികൾ, പാർട്ടികൾ. എല്ലാം വിഘടിച്ച്, ഭിന്നിച്ചു നില്ക്കണം. പോരാടണം. അപ്പോൾ സംഗതി കൾ എളുപ്പമാണ്. ഭിന്നിപ്പിക്കാൻ എപ്പോഴും എളുപ്പമാണ്... മതവികാരം ആളിക്കത്തണം. മതസ്ഥാപനങ്ങൾ, മതങ്ങൾ, ജനങ്ങൾ എല്ലാം തകര ണം. തകർന്നടിയണം. അതും എനിക്കുവേണ്ടിത്തന്നെ... എന്റെ അപ്ര ഖ്യാപിതമായ അന്തിമലക്ഷ്യം അതുതന്നെയാണ്.. സത്യം അതു മാത്ര മാണ്.

ലോകത്തുനിന്ന് എല്ലാം ചേരികളിൽ നിന്നും എന്റെ രാജ്യത്തെ അടർത്തിയെടുത്ത് സ്വതന്ത്രയാവണം. ആരുടെയും ആശ്രിതയും ആശ്ര യവും അല്ലാതാക്കണം.... പരിപൂർണ്ണ നിസ്സഹകരണം. പരിപൂർണ്ണ ബഹി ഷ്കരണം. പരിപൂർണ്ണ... പൂർണ്ണ 'സ്വാതന്ത്ര്യ'ത്തിന്റെ മുദ്രകൾ...

...."ആ അവസ്ഥയിലേ എന്റെ മാതൃരാജ്യസ്നേഹം പരകോടിയി ലെത്തൂ. കാരണം. ആ സ്നേഹം എന്റെ ആത്മസ്നേഹത്തിന്റെ വിക സിതരൂപമാണ്; പ്രകാശനമാണ്...

മറ്റു സംസ്ഥാനങ്ങളേക്കാൾ ഞാനെന്റെ സംസ്ഥാനത്തെ സ്നേഹി ക്കുന്നു... സ്വന്തം ജില്ലയെ, താലൂക്കിനെ, പഞ്ചായത്തിനെ, ജനിച്ചുവളർന്ന പ്രദേശത്തെ, കുടുംബത്തെ, ജന്മം നല്കിയവരെ. ഞാൻ താമസിക്കുന്ന വീടിനെ, എന്റെ മുറിയെ, എന്റെ കസേരയെ സ്നേഹിക്കുന്നു. എന്റെ മത ത്തെ, ജാതിയെ... സ്നേഹിക്കുന്നു. അതിന്റെയൊക്കെ സാക്ഷാൽക്കാര ത്തിന് അക്രമത്തെ ആശ്രയിക്കുന്നതിൽ എന്താണ് തെറ്റ്? ലക്ഷ്യമാണ് പ്രധാനം. അന്തിമലക്ഷ്യം. എനിക്കവിടെ എത്തിച്ചേരണം... ആ രൂപത്തിൽ എന്നിലൂടെ ഗർഭപാത്രത്തിലൂടെ. ചെറുതായി ചെറുതായി ഒടുവിൽ ആ അജൈവാവസ്ഥയിൽ എത്തണം. ഞാൻ കൊതിക്കുന്ന ആ സ്ഥിരതയിൽ എനിക്കെന്നെ കണ്ടെത്തണം."

യൂണിവേഴ്സിറ്റി കോളേജ്

“കൊടുത്ത സ്നേഹം, കടം, സഹായം. കഷ്ടകാലം നേരിടുമ്പോൾ ഒക്കെ മടക്കി കിട്ടുമെന്ന് ആളുകൾ സ്വപ്നം കാണുന്നു. മഴദിനങ്ങൾ കടന്നു വരുമ്പോൾ എന്താണുണ്ടാവുക?” ചോദിക്കുന്നത് മൂർത്തിയാണ്. കാമ്പസിലെ മുത്തശ്ശി തേന്മാവിനെ പുരാതന ആട്ടുകല്ലിനെ ഓർമ്മിപ്പിക്കുന്ന കൃഷ്ണമൂർത്തി.

“ആളുകളെ മുന്നോട്ടു വലിച്ചു കൊണ്ടുപോകുന്നത് സ്വപ്നങ്ങളാണ്. അല്ലെങ്കിൽ വിശ്വാസങ്ങൾ. യഥാർത്ഥ്യങ്ങളോ, വസ്തുതകളോ അല്ല. ആളുകൾക്ക് അത് നന്നായറിയാം. എന്നാൽ അവർ വീണ്ടും സ്വപ്നങ്ങൾ കാണുന്നു. വിശ്വാസം വച്ചു പുലർത്തുന്നു.” മൂർത്തി വിശദീകരിച്ചു.

“വസ്തുതകളുടെ പരുപരുത്ത ശൂന്യതയിൽ നിന്ന് എല്ലാവർക്കും പുതിയ പാഠങ്ങൾ കണ്ടെത്താനാവില്ല. ശുഭാപ്തി വിശ്വാസം കണ്ടെടുക്കാനാവില്ല. എന്നാൽ അങ്ങനെ തുടങ്ങാനായാൽ പിന്നെ കാര്യങ്ങൾ വളരെ എളുപ്പമാണ്.” കൃഷ്ണമൂർത്തി ഉറപ്പിച്ചു പറഞ്ഞു.

“ലോകത്തുള്ള എല്ലാ മനുഷ്യരും അവസരവാദികളാണ്, സ്വാർത്ഥരാണ്. എല്ലാവരും എന്നു പറയുന്നതിൽ നമ്മളും ഉൾപ്പെടുന്നുണ്ടെന്ന തിരിച്ചറിവ് അതാണ് വേണ്ടത്. മറ്റുള്ളവരിലേക്ക് മാത്രം വിരൽ ചൂണ്ടിയാൽ കാര്യം കുഴയും.”

കൃഷ്ണമൂർത്തിക്ക് ഉപമകൾ ഇഷ്ടമാണ്. “മാവിൽ മാങ്ങയുള്ളപ്പോൾ മാത്രമേ ആളുകൾ മാവിലേക്ക് കല്ലെറിയുകയുള്ളൂ. തണലിനായി മാവിൻചുവട്ടിൽ കയറി നില്ക്കുന്നവർ മടങ്ങിപ്പോകും. അതു നമ്മൾ ഓർമ്മ വയ്ക്കണം. ആയിരം ടൺ അരിയും ഉഴുന്നും അരച്ചു കഴിഞ്ഞാലും ആട്ടുകല്ലിന് തേയ്മാനം മാത്രമാണുണ്ടാവുക. പക്ഷേ, തുരുമ്പെടുത്ത് നശി

ക്കുന്നതിലും ഭേദം തേഞ്ഞ് തേഞ്ഞ് ഇല്ലാതാവുന്നതാണ്."

ആട്ടുകല്ലും തേന്മാവും. യൂണിവേഴ്സിറ്റി കോളേജ് കാമ്പസിൽ അവ മൂകസാക്ഷികൾ. കൃഷ്ണമൂർത്തി? അയാൾ കാമ്പസ് ജീവിതത്തിന്റെ ഭാഗം. ഒത്തിരി വർഷങ്ങളായി.

അത്രയും എഴുതി കഴിഞ്ഞപ്പോൾ വേറെ എങ്ങനെയോ ആണ് തുടങ്ങേണ്ടതെന്നു തോന്നി. അഭിപ്രായത്തിനായി കോപ്പി എഡിറ്റർ സുധീർ ബാബുവിനെ കാണിച്ചു.

കൃഷ്ണമൂർത്തി ഇപ്പോളും കാമ്പസിലുണ്ടോ? കോപ്പിയിലൂടെ കണ്ണോടിച്ച് സുധീർബാബു അത്ഭുതപ്പെട്ടു. അറിയാമോ കൃഷ്ണമൂർത്തിയെ? "അറിയാം." അങ്ങനെ പറഞ്ഞപ്പോൾ സുധീർബാബു ജനാലയിലൂടെ പുറത്തേക്ക് നോക്കിയിരുന്നു കുറേനേരം.

ഒരുപാട് വർഷങ്ങളായി മൂർത്തി അവിടെയുണ്ട്. പഴക്കം ചെന്ന തേന്മാവിൽ ചുവട്ടിൽ പുരാവസ്തുവായ ആട്ടുകല്ലിനരികെ, ഇടനാഴികളിൽ, കാന്റീനിൽ, ലൈബ്രറിയിൽ കാമ്പസിലാകെ.

കൃഷ്ണമൂർത്തിക്കു ചുറ്റുംകൂടിയവർ മാത്രം മാറി. മാറുന്നു. കൃഷ്ണമൂർത്തി തുടരുന്നു. തേന്മാവും ആട്ടുകല്ലും തുടരുന്നു. എന്നാൽ ആ തേന്മാവിന്റെ ആട്ടുകല്ലിന്റെ തുടർച്ച നഷ്ടപ്പെടാൻ പോകുന്നു. കാമ്പസ് വികസനത്തിന്റെ ഭാഗമായി ഊർന്നുവീഴാറായ തേന്മാവും പുരാവസ്തുവായ കൂറ്റൻ ആട്ടുകല്ലും ഉടനെ മാറ്റപ്പെടും. അക്കാലത്തെക്കുറിച്ച് പത്രത്തിനു വേണ്ടി വൈകാരിക സ്പർശനമുള്ള ഒരു സ്റ്റോറി എനിക്ക് കിട്ടിയ അസൈൻമെന്റ് അതായിരുന്നു ആട്ടുകല്ലിനെയും തേന്മാവിനെയും കുറിച്ചുള്ള വിവരങ്ങൾ ശേഖരിക്കുന്നതിനിടെ യാദൃച്ഛികമായാണ് മൂർത്തിയെ കുറിച്ച് കേട്ടത്. കാണുക കൂടി ചെയ്തപ്പോൾ മൂർത്തിയിൽ നിന്നു തുടങ്ങാമെന്ന് തോന്നി.

"കല്ലിൽ നിന്നു തന്നെയും കഥയുണ്ടാക്കാനാവണം. അതാണ് ജേർണലിസം" സുധീർബാബു ആവർത്തിച്ചു. "വാക്കുകൾ കൂടരുത്. തങ്കഭസ്മം തൂക്കുന്ന ഏകാഗ്രതയോടെ ഓരോ വാക്കും." പേനയെടുക്കുമ്പോഴൊക്കെ സുധീർബാബുവിന്റെ വാക്കുകൾ ഓർക്കും. ഓരോന്നെഴുതുമ്പോഴും കരിയറിലെ ഉയർച്ച അതിന് മാത്രം ആശ്രയിച്ചാണെന്ന് കരുതാനാവണം.

"തല കളയാൻ അത്രയൊക്കെയെന്തിന്? പരസ്യം കാൻവാസ് ചെയ്യുന്ന കാര്യത്തിൽ ഒന്നാമതല്ലേ നമ്മൾ?" ഒപ്പം ജോലിയിൽ പ്രവേശിച്ച ദിനേശ് ആവർത്തിച്ചു. കുറച്ചു വർഷങ്ങൾക്കു മുമ്പുവരെ പത്രത്തിന്റെ സിറ്റി ഓഫീസിനു മുന്നിലെ വലിയ ബോർഡ് ന്യൂസ് ബ്യൂറോ എന്നായിരുന്നു. ഇപ്പോഴതിൽ പരസ്യകൗണ്ടർ എന്നു കൂടിയുണ്ട്. പെട്ടെന്ന് ശ്രദ്ധയിൽപെടും വിധം. ജേർണലിസ്റ്റും ഒരു ടു ഇൻ വൺ എക്സിക്യൂട്ടീവ്.

അമ്മ, അച്ഛൻ മിക്കവരുടേയും ജീവിതത്തിലെ രണ്ടു തണൽമരങ്ങൾ. എന്നാൽ സൗഹൃദവഴിയിൽ തണൽ മരങ്ങൾ ഉണ്ടാവുക അപൂർവ്വം. അങ്ങ

നെയെന്തോ ആയിരുന്നു മൂർത്തി. കാമ്പസ് സൗഹൃദങ്ങൾക്ക് വേണ്ടി മാത്രം ഏഴെട്ടുലക്ഷം മൂർത്തി കളഞ്ഞെന്നാണ് റിപ്പോർട്ട്. കാമ്പസിൽ മൂർത്തി ചെലവിട്ട വർഷങ്ങളുടെ അയാളുടെ ജീവിതത്തിന്റെ കാര്യമോ?

പെട്ടെന്ന് പിടികിട്ടാത്ത ഒന്നായിരുന്നു മൂർത്തി. നിസ്വാർത്ഥതാ ശക്തമായ സ്വാതന്ത്ര്യബോധം പെട്ടെന്ന് എന്തും കുടഞ്ഞെറിയുന്ന രീതി. കടന്നുചെല്ലാത്ത ഇടങ്ങൾ കുറവ്. ഒന്നിനോട് ഗുഡ് ബൈ പറഞ്ഞ് അടുത്തതിലേക്ക് എതോ നിയോഗം പോലെ.

കളികമ്പക്കാരൻ കളിക്കായി പലതും വേണ്ടെന്നുവച്ചു. ഒരു ജോലി വരെ. ഏതോ ക്രിക്കറ്റ് മത്സരം കാണാൻ ലീവ് ചോദിച്ചു. കമ്പനി അനുവദിച്ചില്ല. രാജിവച്ചിറങ്ങി. ഹോക്കി അസോസിയേഷൻ, ഫുട്ബോൾ ക്ലബ്ബ്, അക്വാട്ടിക് അസോസിയേഷൻ, ക്രിക്കറ്റ് അസോസിയേഷൻ. സ്വന്തം നഗരത്തിൽ അങ്ങനെ പലതും രൂപീകരിച്ചു. ചിലതിൽ അംഗം, ചിലതിന്റെ സെക്രട്ടറി. ഇടയ്ക്ക് സ്പോർട്സ് റിപ്പോർട്ടറായി കായികപ്രതിഭകളെ കണ്ടെത്തി. രണ്ടു മൂന്നു സിനിമകളിൽ, ചില സീരിയലുകളിൽ മുഖം കാട്ടി. എന്നും വിദ്യാർത്ഥികൾക്കൊപ്പം. പ്രായം പ്രശ്നമായില്ല. പാർട്ടി ഏതെന്നു ചോദിച്ചാൽ ചിരിച്ചുകൊണ്ട് വിദ്യാർത്ഥി സംഘടനയുടെ പേര് പറയും. ഒരിക്കൽ പൊതുതിരഞ്ഞെടുപ്പിൽ നിന്നു കെട്ടിവച്ച തുക പോയി. എങ്കിലും പ്രകടനപത്രിക നടപ്പാക്കി. വിശാലമായ ഒരു കളിയിടം.

ഒറ്റയ്ക്കുള്ള പ്രഭാതസവാരി. വൈകുന്നേരങ്ങൾ കൂടുതലും നടന്നു തീർത്തു. നിലത്തേക്ക് നോക്കി വശം ചരിഞ്ഞ് പതിയെയുള്ള നടത്തം. കണ്ടുമുട്ടുന്ന പരിചയങ്ങളോട് കുശലം. കുട്ടികളെ കാണുമ്പോൾ പഴയ നഴ്സറി പാട്ട് പൊടിതട്ടി.

മൂർത്തിക്കു മുന്നിൽ ഹാജർ വച്ച ചങ്ങാതിക്കൂട്ടങ്ങൾ. പ്രത്യേക താല്പര്യങ്ങളോ, രാഷ്ട്രീയമോ അവിടെ പ്രശ്നമായില്ല. മൂർത്തി കാമ്പസിൽ കാല് കുത്തിയതുമുതൽ അയാൾക്കു ചുറ്റും സദസ്സുമുണ്ടായിരുന്നു. തന്റെ കോഴ്സ് കഴിഞ്ഞയുടനെ മൂർത്തിക്ക് ജോലി കിട്ടി. അതേ നഗരത്തിൽ എന്നിട്ടും എങ്ങിനെയും സമയം കണ്ടെത്തി മൂർത്തി കാമ്പസിൽ കറങ്ങി നടന്നു. തേന്മാവിന്റെ ചുവട്ടിൽ, ആട്ടുകല്ലിനരികെ, എവിടെയും. മൂർത്തിയുടെ വീട്? സിറ്റിയിൽ തന്നെയായിരുന്നു. എന്നാൽ മൂർത്തി ലോഡ്ജുകളിൽ മാറി മാറി താമസിച്ചു. വീട്ടിൽ കാര്യമായ എന്തൊക്കെയോ പ്രശ്നങ്ങൾ. കൃത്യമായി ആർക്കുമറിയില്ല. ഇപ്പോൾ? ഏതോ ചെറിയ ലോഡ്ജിൽ സ്ഥിരതാമസം. ജോലി? “ഇപ്പോഴില്ല.” എഴുതി പൂർത്തിയാക്കാനായില്ല. ഓർക്കാപ്പുറത്ത് പുതിയ അസൈൻമെന്റ്. ഒരു ഫുൾപേജ് അഡ്വെർട്ടോറിയൽ. പത്രമുതലാളിക്കു വേണ്ടപ്പെട്ട ബിസിനസുകാരനു വേണ്ടി ഒരു മംഗളപത്രം. മടുപ്പോടെ തയ്യാറാക്കുമ്പോൾ മൂർത്തിയെ മാറ്റി വയ്ക്കേണ്ടി വന്നു. എഡിറ്റർ സുധീർബാബുവും അക്കാര്യംവിട്ടു. മാസങ്ങൾ കഴിഞ്ഞാണത്. ഒരു ദിവസം യൂണിവേഴ്സിറ്റി കോളേജിനു മുന്നിലൂടെ പോകുമ്പോൾ കൃഷ്ണമൂർത്തി തന്റെ ശ്രദ്ധയിൽപ്പെട്ടു. കാമ്പസിൽ, ഉയരം കുറഞ്ഞ മതിൽക്കെട്ടിനരികെ തേന്മാവ് വന്ന ഭാഗ

ത്തേക്ക് നോക്കി ഒറ്റയ്ക്ക് നില്ക്കുന്ന കൃഷ്ണമൂർത്തി. ഞാൻ ശ്രദ്ധിച്ചു നോക്കി. മൂർത്തിയുടെ വേഷം കൂടുതൽ മുഷിഞ്ഞിരുന്നു. തലമുടിയും താടിരോമങ്ങളും വളർന്നിരുന്നു. കടൽ കൈവിട്ട നാവികന്റെ ചിത്രം ഓർമ്മ വന്നു. പക്ഷേ, അത്തരം ഉൽക്കണ്ഠകൾ മൂർത്തിയെ പിടികൂടുമോ? മണിക്കൂറുകൾ കഴിഞ്ഞ് ആ വഴി മടങ്ങുമ്പോഴും മൂർത്തി അതേ നില്പ് തുടർന്നു. ശിരസ്സ് നഷ്ടപ്പെട്ട മരം പോലെ അയാളുടെ നിഴൽ കാമ്പസിലേക്ക് വീണുകിടന്നു. ഞാനത് സങ്കല്പിച്ചു. ആ നില്പ് തുടർന്നു കൊണ്ടേയിരിക്കുന്ന മൂർത്തി. കൂടുതൽ കൂടുതൽ മുഷിഞ്ഞ് ജീർണ്ണിക്കുന്ന വസ്ത്രങ്ങൾ. വളർന്നിറങ്ങുന്ന മുടിയിഴകൾ, താടിരോമങ്ങൾ.

മൂർത്തിയെക്കുറിച്ചെഴുതി പാതിവഴി നിർത്തിയ സ്റ്റോറിക്കൊടുവിൽ കുറിക്കാൻ കരുതിവച്ച വാക്കുകൾ ഓർമ്മ വന്നു. മൂർത്തിയെ അവിടെ നിന്ന് വലിച്ചുകൊണ്ടു പോകാനായി ഒന്നും കടന്നുവരില്ല. എല്ലാം മുന്നോട്ടു കുതിക്കുകയാണ്. ഒന്നും മടങ്ങി വരില്ല. ആരും.... ഇനി എഴുതുമ്പോൾ പഴയ അഭിമുഖത്തിൽ നിന്നുതുടങ്ങുന്നു. കടം കൊടുത്തവ തിരിച്ചു കിട്ടിയില്ലെങ്കിൽ? ഒന്നും പ്രതീക്ഷിക്കാതെയാണ് കൊടുത്തത്. എന്നാൽ, ഗീതോപദേശം തലയ്ക്കു പിടിച്ചതല്ല. പിന്നെ? കിട്ടില്ലെന്ന് അറിഞ്ഞുകൊണ്ട് കൊടുത്തു. ചെലവുകൾ? ബാങ്കിലുണ്ട്. കുറച്ച്. അതുകഴിഞ്ഞാൽ മഴദിനങ്ങൾ വന്നാൽ?

മൂർത്തി ആകാശത്തേക്ക് നോക്കി.

വേർപെടുത്തപ്പെട്ടത്

ആത്മഹത്യയുടെ കാരണങ്ങളെക്കുറിച്ച് നടത്തുന്ന ഗവേഷണത്തിനാവശ്യമായ വിവരങ്ങൾ ക്ഷണിച്ചുകൊണ്ടുള്ള നിങ്ങളുടെ അഭ്യർത്ഥനയാണ് ഈ കത്തെഴുതാൻ എന്നെ പ്രേരിപ്പിച്ചത്.

ആളുകൾ ആത്മഹത്യയിൽ എത്തിപ്പെടുന്നത് എങ്ങനെയാണെന്ന് മനസ്സിലാക്കാൻ എനിക്ക് അവസരം കിട്ടിയിട്ടുണ്ട്. ഏറെ ആത്മഹത്യകൾക്ക് ഞാൻ സാക്ഷിയായി. കൂടാതെ, എന്റെ ആത്മഹത്യയ്ക്ക് മുൻപാണ് ഞാൻ ഈ കത്തെഴുതുന്നത്.

കണ്ടതും അറിഞ്ഞതുമായ സംഗതികൾ ഇവിടെ വിവരിക്കാം. ഒരു ഗവേഷകൻ എന്ന നിലയ്ക്ക് ഈ വരികൾക്കിടയിൽ നിന്ന് ആത്മഹത്യയുടെ കാരണങ്ങൾ കണ്ടെടുക്കുവാൻ നിങ്ങൾക്ക് കഴിയുമെന്ന് വിശ്വസിക്കുന്നു.

അനാഥൻ എന്ന നിലയ്ക്കാണ് ഞാൻ എന്നെ അറിയാൻ തുടങ്ങിയത്. ഒരനാഥാലയമായിരുന്നു എന്റെ വീട്. കുട്ടിക്കാലം മുതലേ ബൈബിൾ കഥകൾ കേട്ടിരിക്കാനും വായിക്കാനും ഞാൻ കാട്ടിയ താല്പര്യം കൊണ്ടാവാം ഒരു പുരോഹിതനാകാൻ എല്ലാവരും എന്നെ ഉപദേശിച്ചു. എന്തുകൊണ്ടോ എന്റെ സ്വപ്നവും അതായിരുന്നു.

അനാഥനായ പുരോഹിതനായതു കൊണ്ടാവാം, കുറേ അനാഥക്കുട്ടികളുടെ മേൽനോട്ടം എന്നെ ഏല്പിക്കാൻ ബന്ധപ്പെട്ടവർ തീരുമാനിച്ചു.

തെരുവിൽ അലഞ്ഞുനടക്കുന്ന കുട്ടികളെ പുനരധിവസിപ്പിക്കുവാനുള്ള സംരംഭമായിരുന്നു അത്. നഗരത്തിലെ ചില സാംസ്കാരിക സംഘടനകൾ കൂടി സഹകരിച്ചിരുന്നതുകൊണ്ടാവാം ദിനവും പുതിയ കുട്ടികൾ വന്നുകൊണ്ടിരുന്നു.

രണ്ടു മൂന്ന് ജോലിക്കാരും ചില ആയമാരും കുട്ടികളെ നോക്കാനുണ്ടായിരുന്നു. ഭക്ഷണം അവിടെ തന്നെ പാകം ചെയ്തു. തൊട്ടടുത്ത ഹെൽത്ത് സെന്ററിലെ ചില ഡോക്ടർമാരുടെ സേവനം അത്യാവശ്യഘട്ടങ്ങളിൽ കിട്ടി. ചില സംഘടനകൾ, സ്ഥാപനങ്ങൾ, അപൂർവ്വം ചില വ്യക്തികൾ തുടങ്ങി പലരും ഇടയ്ക്ക് പണമോ സമ്മാനങ്ങളോ കുട്ടികൾക്കായി എത്തിച്ചുതന്നു.

നഗരത്തിന്റെ ഹൃദയത്തിനരികെയാണെങ്കിലും വളരെ ഒഴിഞ്ഞ ഒരു കോണിലെ ഏറെ പഴക്കം ചെന്ന കെട്ടിടമായിരുന്നു ഞങ്ങളുടേത്.

കുട്ടികളുടെ വിദ്യാഭ്യാസ കാര്യങ്ങളുടെ ചുമതലയും എനിക്കായിരുന്നു.

പലപ്പോഴായി വന്നു ചേർന്ന പല പ്രായത്തിലുള്ള കുട്ടികളെയെല്ലാം പഠിപ്പിക്കേണ്ടതുണ്ട്. ഓരോ കുട്ടികളുടെയും പഠന നിലവാരത്തിനും പ്രായത്തിനും ഇണങ്ങുന്നക്ലാസിൽ അഡ്മിഷൻ കൊടുക്കാനായിരുന്നു തീരുമാനം. സ്കൂൾ അകലെയായിരുന്നില്ല.

കഥകൾ കേൾക്കാൻ കുട്ടികൾക്ക് നല്ല ഉത്സാഹവും ഏകാഗ്രതയും കിട്ടി. കളികളുടെ കാര്യത്തിലാണെങ്കിൽ അവരെന്നെ അത്ഭുതപ്പെടുത്തി. എന്നാൽ സ്കൂളിലേക്ക് തെരഞ്ഞെടുക്കാനായി അവരെ ആദ്യാക്ഷരങ്ങൾ പഠിപ്പിക്കാൻ തുടങ്ങിയപ്പോൾ ഒരു കാര്യം എനിക്ക് മനസ്സിലായി. അലഞ്ഞു നടന്നിരുന്ന അവരെ പഠിപ്പിക്കുക കഠിനം തന്നെയാണ്. തുടർച്ചയായി ശ്രദ്ധിച്ചിരിക്കാൻ എട്ടു മുതൽ പതിമൂന്നുവയസ്സുവരെ പ്രായമുള്ള അവരിൽ പലർക്കും കഴിയുന്നില്ല. പഠിപ്പിക്കുന്ന ആളുടെ വാക്കുകളിലേക്ക് അവരുടെ ശ്രദ്ധ തിരിയുന്നതിനും ഏകാഗ്രത പരിശീലിപ്പിക്കുന്നതിനും അറിയാവുന്ന പോലെ ശ്രമിക്കുകയായിരുന്നു പിന്നീട് എന്റെ പണി.

അത്തരം ശ്രമങ്ങൾ മെല്ലെ മുന്നോട്ടുപോയപ്പോൾ ചിലരെങ്കിലും അഞ്ചു വയസ്സുകാരന്റെ നിലവാരത്തിലേക്കുയർന്നു.

അനാഥരായി ജീവിച്ചുപോരുന്ന, ജീവിക്കാൻ നിർബ്ബന്ധിതരാവുന്ന ആളുകളുടെ മുഖത്ത് കാണാറുള്ള വിഷാദം, നിസ്സഹായത എന്നൊക്കെ വിളിക്കാറുള്ള സംഗതികൾ എനിക്ക് വളരെ പരിചിതമായിരുന്നു. അതൊക്കെ എന്റെ മുഖത്തും ദൃശ്യമാണ്.

കുട്ടികളുടെ മുഖങ്ങളിൽ അതൊക്കെ ഉണ്ടായിരുന്നെങ്കിലും പുതിയ ചുറ്റുപാടുകളിൽ അവർ അസംതൃപ്തരാണെന്ന് തോന്നിയിരുന്നില്ല. എന്റെ കാര്യവും അങ്ങനെതന്നെ.

ഞങ്ങളുടെ ദിവസങ്ങൾ വളരെ പതിയെയാണ് മുന്നോട്ടുപോയത്. പഠനത്തിൽ അവരിൽ ചിലർ കുറച്ചൊക്കെ മുന്നിലെത്തിക്കൊണ്ടിരുന്നു. കൂടുതൽ മുന്നിലെത്തിയ നാലുപേരെ സ്കൂളിലേക്കു തിരഞ്ഞെടുത്തു.

ആദ്യ സ്കൂൾ ദിനം കഴിഞ്ഞ് ഏറെ ഉല്ലാസത്തോടെയാണ് അവരെത്തിയത്. എന്തുകൊണ്ടോ ആ ഉത്സാഹം കണ്ട് എനിക്ക് ഭയം തോന്നി. എങ്കിലും അസാധാരണമായി ഒന്നും സംഭവിക്കാത്തമട്ടിൽ ഞാൻ പെരുമാറി.

അന്നുരാത്രി കിടക്കാൻ നേരം അവരിൽ ഒരാൾ എന്നോടു ചോദിച്ചു. “എന്തുകൊണ്ടാണ് സ്കൂളിലെ മറ്റു കുട്ടികൾ ഞങ്ങളെ പോലല്ലാത്തത്?” ഞാൻ കേട്ട ഭാവം നടിച്ചില്ല. കുറേ കഴിഞ്ഞ് ഉത്തരം അവർ തന്നെ പറയുന്നത് കേട്ടു. “അവർ അനാഥാലയത്തിൽ നിന്നല്ല വരുന്നത്.”

എന്റെ ആത്മാവിൽ ഭാരമുള്ള എന്തോ പതിച്ചു.

രാവിലെ ഉണരാൻ പതിവിലും വൈകി. പ്രഭാതത്തിലെ തിരക്കുകൾക്കിടെ അവരിലാരോ എന്നോടു ചോദിച്ചു: “നമ്മൾ താമസിക്കുന്നത് വളരെ പഴയ ഒരു കെട്ടിടത്തിലാണ്. അല്ലേ മാഷച്ചൻ?”

ഞാൻ പെട്ടെന്ന് പ്രാർത്ഥനാ മുറിയിലേക്കു നടന്നു.

കുറച്ചു ദിവസങ്ങൾ കഴിഞ്ഞപ്പോൾ സ്കൂളിൽ പോകുന്ന കാര്യത്തിൽ അവർക്ക് പെട്ടെന്ന് ഉത്സാഹം നഷ്ടമായി. രാത്രികളിൽ ശുഭരാത്രി ആശംസിക്കാൻ അവർ മറന്നു. പ്രാർത്ഥനയ്ക്കിടയിൽ അവർ ഉറക്കം തൂങ്ങി.

ഒഴിവു ദിനങ്ങളിലെ ക്ലാസിൽ അവർ അസാധാരണമായ പല ചോദ്യങ്ങളും ചോദിച്ചു. ഒന്നും ചെയ്യാനില്ലാത്ത ഇടവേളകളിൽ അവർ ചിന്തിക്കുകയോ ഉറക്കം തൂങ്ങുകയോ ചെയ്തു.

ഞങ്ങൾ കഴിഞ്ഞുകൂടിയ ആ പഴയ കെട്ടിടം വിശാലമാണ്. എന്നാൽ വൃത്തിയും വെടിപ്പും തീരെ തോന്നിക്കില്ല. വെള്ളപൂശിയിട്ട് വർഷങ്ങൾ ഒരുപാട് കഴിഞ്ഞിരുന്നു. ചുമരുകളിൽ വർഷങ്ങൾ വിള്ളൽ വീഴ്ത്തിയിരുന്നു. വിള്ളലുകളിലൂടെ മഴവെള്ളം ഒലിച്ചിറങ്ങി. പായൽ പടർന്ന് ഇരുണ്ട അയാളങ്ങൾ വീഴ്ത്തി.

കെട്ടിടത്തിനു ചുറ്റും വളർന്ന കുറ്റിക്കാട്. വെട്ടിനശിപ്പിക്കുംതോറും കൂടുതൽ കരുത്തോടെ വളരാൻ തുടങ്ങിയപ്പോൾ വൃത്തിയാക്കുന്ന പതിവ് ഉപേക്ഷിച്ചു.

ഏറെ പഴക്കം തോന്നിച്ച മുൻവശത്തെ ഏറ്റവും ഉയർന്ന ചുമരിന്റെ മദ്ധ്യത്തായി വളർന്നുകയറിയ ആൽമരം കെട്ടിടത്തിന്റെ ഏറ്റവും മുകളിൽ സ്ഥാപിച്ച കുരിശിനെ മറച്ചുകൊണ്ട് വലുതായിക്കൊണ്ടിരുന്നു.

“ശ്രീ ബുദ്ധന് ജ്ഞാനോദയം ഉണ്ടായത് ഒരാൽമര ചുവട്ടിൽവെച്ചാണ്. ആൽമരം അറിവിന്റെയും വിവേകത്തിന്റെയും ഒക്കെ പ്രതീകമാണ്.” അവസരം കിട്ടുമ്പോഴൊക്കെ ഞാൻ കുട്ടികളോട് പറയും. എന്നാൽ ആൾപ്പാർപ്പില്ലാത്ത കെട്ടിടമെന്ന് തോന്നിക്കുംവിധം വളരുന്ന ആൽമരം അവിടെനിന്ന് എത്രയും പെട്ടെന്ന് നീക്കം ചെയ്യണമെന്ന് ഞാൻ വിചാരിക്കും. എന്തുകൊണ്ടോ അതിന് കഴിഞ്ഞിരുന്നില്ല.

ഒരൊഴിവു ദിവസത്തിലാണ്, ഞാൻ ചില അത്യാവശ്യ കാര്യങ്ങൾക്കായി അടുത്ത നഗരത്തിലേക്ക് പോയി. മടങ്ങി വരുമ്പോൾ സ്കൂളിൽ പൊയ്ക്കൊണ്ടിരുന്ന കുട്ടികൾ കെട്ടിടമാകെ വൃത്തിയാക്കുന്ന തിരക്കിലാണ്. കെട്ടിടത്തിനു മുന്നിലെ കിണറിനരികിലേക്ക് നടക്കുമ്പോൾ ഞാൻ കണ്ടു. കെട്ടിടത്തിനു മുകളിൽ വളർന്നുനിന്ന ആൽമരവും അവർ മുറിച്ചുകളഞ്ഞിരിക്കുന്നു.

ആളുകളുടെ പെട്ടെന്നുള്ള അപ്രതീക്ഷിതമായ പ്രവൃത്തികൾ എന്നെ അത്ഭുതപ്പെടുത്താറുണ്ട്. എന്നാൽ കുട്ടികളുടെ ആ പ്രവൃത്തി എന്തു കൊണ്ടോ എന്നെ ഭയപ്പെടുത്തുകയാണുണ്ടായത്.

ഞങ്ങളിവിടെ താമസം തുടങ്ങിയതു മുതൽ ആ ആൽമരം കെട്ടിടത്തിനു മുകളിലുണ്ട്. കുറേനാളായി അവിടെ കഴിഞ്ഞു വന്ന കുട്ടികൾക്ക് ആ കുട്ടികൾക്കു മാത്രം ഇപ്പോൾ– ഇപ്പോൾ മാത്രം എന്തുകൊണ്ടാണ് ആൽമരം മുറിച്ചുമാറ്റാൻ തോന്നിയത്? ചിലപ്പോൾ ആളുകൾ വിചിത്രമായ കാര്യങ്ങൾ ചെയ്യുന്നു– വിശേഷിച്ച് കുട്ടികൾ എന്ന വിശദീകരണത്തോടെ ഞാനാ ചിന്ത അവസാനിപ്പിച്ചു.

കഠിനമായ കാഴ്ചകളാണ് എന്നെ കാത്തിരുന്നത്. മൂന്നു നാലു ദിവസം കഴിഞ്ഞു. ഒരു നാൾ ഞങ്ങളുടെ കെട്ടിടത്തിനപ്പുറത്തെ ആൾപ്പാർപ്പില്ലാത്ത പറമ്പിലെ പേരറിയാത്ത മരക്കൊമ്പിൽ ആ നാലു കുട്ടികൾ ശവശരീരങ്ങളായി. അവർ കിടപ്പുമുറിയിൽ വച്ച കുറിപ്പ്: “മറ്റാരും ഉത്തരവാദികളല്ല.”

വളരെ പതിയെ കടന്നുപോയ രണ്ടു മൂന്നുവർഷങ്ങൾ. അതിനിടെ സ്കൂളിലേക്ക് കടക്കുവാനുള്ള യോഗ്യതാ പരീക്ഷ നടത്തി. മിടുക്കന്മാരായ ആറു കുട്ടികളെ ഞാൻ തെരഞ്ഞെടുത്തു.

ആദ്യ സ്കൂൾ ദിനം കഴിഞ്ഞു വന്നപ്പോൾ അവർ ഉത്സാഹത്തോടെ ബഹളം വെച്ചു. പരസ്പരം പങ്കുവയ്ക്കാൻ അവർക്ക് വിശേഷങ്ങൾ ഒരുപാടുണ്ടായിരുന്നു. അത്താഴം കഴിക്കുമ്പോൾ അവരിൽ ഒരാൾ ആരോടെന്നില്ലാതെ പറഞ്ഞു. “സ്കൂളിലെ മറ്റു കുട്ടികൾ നമ്മളെപ്പോലെയല്ല.” വിഷയം മാറ്റാനായി ഞാൻ അടുത്തുവരുന്ന ക്രിസ്തുമസിനെ വാഴ്ത്തി.

“ചന്തമുള്ള കുട്ടികൾ.. ഒത്തിരി കഥകളറിയാം. അവർക്കൊക്കെ അവർ വരികേം പോവുകേം ചെയ്യുന്ന കാറുകൾ... ബൈക്കുകളാണധികം... റോഡാകെ നിറയും ഒരുപാട് നിറങ്ങൾ...” കുട്ടികൾ അവരുടെ വിഷയത്തിൽ ഉറച്ചു നിന്നു.

“അച്ഛനും അമ്മേം എപ്പഴും അവർക്കൊപ്പം... എവിടെയും... അതല്ല രസം. അവരൊന്നും കഞ്ഞികഴിച്ചിട്ടില്ലത്രേ... ഓരോ ആൾക്കും വല്യ വല്യ വീടുകൾ സ്വന്തമായി... ടി വി ഫ്രിഡ്ജ്, വാഷിങ് മെഷീൻ, കമ്പ്യൂട്ടർ, വളർത്തു നായ്ക്കൾ എല്ലാം അവരുടെ വീടുകളിലുണ്ട്.”

ഞാൻ പനിയുമായി യുദ്ധത്തിലേർപ്പെട്ട ദിവസങ്ങളിലൊന്നാണ്. പ്രഭാതകർമ്മങ്ങൾക്കിടെ ആ കുട്ടികൾ ചർച്ചചെയ്യുന്നത് കേട്ടു. “നമ്മുടെയീ കെട്ടിടം ഒരുപാട് പഴക്കം ചെന്നതാണ്. പഴയ വാതിലുകൾ പഴയ ജനാലുകൾ. പായൽ പിടിച്ച് ഇരുണ്ട വിള്ളലുകൾ വീണ ചുമരുകൾ. പറമ്പാകെ തഴച്ചുകയറിയ കാട്ടുചെടികളുടെ കാര്യമോ?”

ഇഴഞ്ഞു നീങ്ങിയ ദിവസങ്ങൾ ആ കുട്ടികൾ ഉറക്കം കിട്ടാതെ പ്രയാസപ്പെടുന്നതും പ്രഭാതകർമ്മങ്ങൾ തന്നെയും അവർക്ക് ഭാരമായി മാറുന്നതും ഞാൻ കണ്ടില്ലെന്ന് നടിച്ചു.

സ്കൂളിൽ പോകാത്ത മറ്റു കുട്ടികളെ അവർ വെറുപ്പോടെ തുറിച്ചു

നോക്കി. നീലക്കണ്ണാടിക്ക് മുന്നിൽ അവർ ഒരുപാട് സമയം കളഞ്ഞു.

മഴദിനങ്ങളിൽ തന്നെയും ഒരിക്കലുപയോഗിച്ച വസ്ത്രങ്ങൾ കഴുകി വൃത്തിയാക്കാതെ വീണ്ടുമുപയോഗിക്കാൻ അവർ വിസമ്മതിക്കുന്നതായും മുൻപില്ലാത്തവിധം അലക്കിയ പുതിയ വസ്ത്രങ്ങൾക്കായി ശാഠ്യം പിടിക്കുന്നതായും ആയമാർ പരാതിപ്പെട്ടു. ഭക്ഷണത്തെക്കുറിച്ച് അവർ പരാതി പറയുന്നത് കാരണം മറ്റു കുട്ടികളും ഇപ്പോൾ പരാതിപ്പെടാൻ തുടങ്ങിയിരിക്കുന്നതായി വിളമ്പുകാരും വെപ്പുകാരും പരാതി പറഞ്ഞു.

ഞായറാഴ്ചകളിൽ പതിവുള്ള ഉച്ചമയക്കത്തിനുശേഷം മുഖം കഴുകാനായി കിണറ്റിനരികിലേക്ക് നടക്കുമ്പോൾ ആ കുട്ടികൾ കെട്ടിടവും പരിസരവും വൃത്തിയാക്കുന്ന കാഴ്ചയാണ് എന്നെ എതിരേറ്റത്.

ഞാൻ മുറിയിലേക്ക് മടങ്ങുമ്പോൾ അവർ കെട്ടിടത്തിനു മുകളിൽ വീണ്ടും തളിരിട്ടു തഴച്ചുതുടങ്ങിയ ആ ആൽമരം നീക്കം ചെയ്യുകയാണ്. വിശ്വാസം വരാതെ ഞാൻ നോക്കി. അവർ ആവേശത്തോടെ അതു മുറിച്ചുമാറ്റുകയാണ്. എന്റെ ഹൃദയത്തിന്റെ ആഴങ്ങളിൽ ഒരു പക്ഷി അതിന്റെ ചിറകനക്കാൻ നന്നേ പ്രയാസപ്പെട്ടു.

ക്രിസ്തുറിനെ ചുംബിച്ചുകൊണ്ടെഴുതിയ കത്തിനൊടുവിൽ. “മറ്റാരും ഉത്തരവാദികളല്ല.” ആറു പേരുകൾ കൈയൊപ്പിനെ ഓർമ്മിപ്പിച്ചു. ഒഴുക്കിൽപ്പെട്ടു മരിച്ചെന്ന പത്രവാർത്ത. തെരുവുകുട്ടികളുടെ പുനരധിവാസത്തിനിടയിലെ അബ്നോർമ്മലായ എടുത്തു ചാട്ടം. മനോവിഭ്രാന്തി, വ്യക്തിത്വ വൈകല്യം – അതീവ രഹസ്യമായി നടന്ന സ്വകാര്യ ചർച്ചകളിൽ ബന്ധപ്പെട്ടവർ പിടിവള്ളി കണ്ടെത്തി.

വർഷങ്ങൾ കടന്നുപോയിരിക്കുന്നു. കുട്ടികളുടെ ചുമതല എന്നെ ഏല്പിച്ചവർക്ക് അസംതൃപ്തി. കുട്ടികളുടെ പുനരധിവാസത്തിന് സഹകരിച്ച കോർപ്പറേഷനും സംഘടനകൾക്കും പരാതി: ഇത്രയും വർഷങ്ങൾക്കിടയിൽ ഒരു കുട്ടിയെപ്പോലും സ്കൂളിലേക്ക് അയക്കാൻ എനിക്ക് കഴിഞ്ഞിട്ടില്ല. കാരണം വ്യക്തമാക്കേണ്ടത് ഞാനാണ്. എങ്ങനെയാണ് കാരണം വ്യക്തമാക്കേണ്ടത്?

ഇന്ന്–

ഞങ്ങളുടെ പഴയ കെട്ടിടത്തിനു ചുറ്റുമുള്ള ചെടിപടർപ്പുകൾ ഞാൻ വെട്ടിത്തെളിച്ചു. ഞാൻ വേണ്ടെന്ന് പറഞ്ഞിട്ടും ഒരു ജോലിക്കാരൻ ഒപ്പം കൂടി.

മുകളിലേക്ക് കയറിയത് ഒറ്റയ്ക്കാണ്. വീണ്ടും തഴച്ചുകഴിഞ്ഞ ആൽമരം. അത് കണ്ടപ്പോൾ വിചാരിച്ചതിലേറെ ഉയരം.

അനായാസം മുറിച്ച ആൽമരം താഴേക്ക് വീഴ്ത്തി.

ഇനി–

സേഫ്റ്റി വാൽവ്

മദ്യത്തിന്റെ രൂക്ഷഗന്ധവുമായി ദേവദാസ് ആ ഡിസംബറിൽ നാലു തവണ പ്രത്യക്ഷപ്പെട്ടു. ആവശ്യം ഒന്നും തന്നെ. വർഷങ്ങൾക്കു മുമ്പ് അയാൾക്കൊപ്പം പഠിച്ചവരുടെ ഒരു കൂട്ടായ്മ; നിരന്തര സൗഹൃദത്തിന്റെ ഒരു വേദി. പദ്ധതി ശ്രദ്ധയിൽപ്പെടും വിധം ഒരു ഫ്രണ്ട്ഷിപ്പ് ഡേ പരസ്യം. അത് തയ്യാറാക്കി പത്രങ്ങളിൽ കൊടുക്കേണ്ട ജോലി എന്റേത്.

പഴയ ക്ലാസ്മേറ്റുകളുമായി ഏതെങ്കിലും തരത്തിൽ അയാൾ ബന്ധപ്പെട്ടത് ഏതാണ്ട് 20 വർഷങ്ങൾക്കു മുമ്പാണ്. തന്റെ വിദേശജോലിയാണ് പ്രശ്നമായതെന്ന് ദേവദാസ് വാദിച്ചു. എന്നാൽ, എനിക്കത് വിചിത്രമായി തോന്നി.

ആ പ്രായത്തിൽ ഒരാൾ പുതിയ സൗഹൃദം തേടുമ്പോൾ അതിന്റെ അർത്ഥം ഏകാന്തത എന്നുതന്നെയാണ്. അത്രയും കാലം ദേവദാസ് ജീവിക്കുകയായിരുന്നില്ലേ? ചോദിച്ചില്ല. അയാളെക്കുറിച്ച് ചിലതൊക്കെ അറിയാമായിരുന്നു. ദേവദാസിന്റെ ആദ്യഭാര്യ ആത്മഹത്യ ചെയ്തത് ഒരുപാട് വർഷങ്ങൾക്കു മുൻപാണ്. തന്റെ മൂന്നാം ഭാര്യയിൽ നിന്ന് വിവാഹമോചനം നേടി കുറച്ചുകഴിഞ്ഞപ്പോഴാണ് പുതിയ ആവശ്യവുമായി ദേവദാസ് കടന്നുവന്നത്.

പഴയ ഏതോ ഒരു സുഹൃത്താണ് ദേവദാസിനെ എനിക്കു പരിചയപ്പെടുത്തിയത്. യാദൃച്ഛികമായി കണ്ടപ്പോഴൊക്കെ ഞങ്ങൾ പരിചയം പുതുക്കി.

പത്രങ്ങളുമായി ബന്ധപ്പെട്ട ആവശ്യങ്ങൾ വന്നാൽ എന്തുകൊണ്ടോ ദേവദാസ് ഉടനെ എന്റെ മുന്നിലെത്തും.

മദ്യത്തിന്റെ രൂക്ഷഗന്ധം അവഗണിച്ച് ആദ്യമായി കാണുന്നതു

പോലെ ഞാൻ ദേവദാസിനെ ശ്രദ്ധിച്ചു. മെലിഞ്ഞു നീണ്ട ശരീരം, കഷണ്ടി കയറിത്തുടങ്ങിയ തല, മുന്നിലേക്കു തള്ളി നില്ക്കുന്ന നെറ്റിത്തടത്തിനു താഴെ ഒന്നാകുന്ന പുരികങ്ങൾ. ഏറെ ദിവസങ്ങൾ വളർച്ച തോന്നിച്ച മുഖരോമങ്ങൾ, അനിയന്ത്രിതമായി ഇടയ്ക്ക് ചലനം കൊള്ളുന്ന കാലുകൾ, ശൂന്യമായ കണ്ണുകൾ. ആവശ്യം അയാളുടേതു തന്നെയാണെന്ന് എന്തുകൊണ്ടോ എനിക്ക് വിശ്വസിക്കാനായില്ല. എന്നാൽ, സത്യം അതാണ് മുൻ പരിചയമുള്ളവരിലൂടെ അയാൾ ഏകാന്തതയെ അകറ്റി നിർത്താൻ ആഗ്രഹിക്കുന്നു. അവരിൽ നിന്ന് പുതിയ സൗഹൃദം പ്രതീക്ഷിക്കുന്നു. പ്രണയം കൊതിക്കുന്നു. വർഷങ്ങൾക്കു മുമ്പായിരുന്നെങ്കിൽ എനിക്കയാളോട് സഹതാപം തോന്നിയേനെ.

“നിങ്ങളെങ്ങനെ ദിവസങ്ങൾ മുന്നോട്ടു കൊണ്ടുപോകുന്നു. ഒറ്റയ്ക്കിങ്ങനെ. കുറേ പുസ്തകങ്ങളുമായി?” എടുത്ത സ്വാതന്ത്ര്യത്തിന് ക്ഷമ പറയുന്ന ചലനത്തോടെ ദേവദാസ് ചോദിച്ചു.

“ആ ചോദ്യത്തിനു പിന്നിൽ ഒരു തെറ്റിദ്ധാരണയുണ്ട്. താമസം ഒറ്റയ്ക്കായതു കൊണ്ട് ഏകാന്തത തോന്നണമെന്നില്ല.” ഞാൻ തിരിച്ചടിച്ചു.

“ശരിയാണ്. പ്രവൃത്തി ദിവസങ്ങളിൽ ഓരോ മണിക്കൂറും എനിക്ക് തിരക്കു പിടിച്ചവയാണ്. വ്യത്യസ്തരായ ഒരുപാട് ആളുകൾ വന്നുപോകും. പക്ഷേ, അതെന്റെ ഏകാന്തത കൂട്ടുകയാണെന്ന് തോന്നും ചില ദിവസങ്ങളിൽ” ദേവദാസ് പറഞ്ഞു.

“അതെ... ആൾക്കൂട്ടത്തിന് നമ്മുടെ ഏകാന്തതയിൽ കാര്യമായി ഒന്നും ചെയ്യാനാവില്ല.” ഞാൻ പറഞ്ഞു. “ഒന്നും ചെയ്യാനാവില്ല,”

“വിവാഹമോചനങ്ങളിലൂടെ വാസ്തവത്തിൽ എന്റെ ഏകാന്തത കുറയുകയാണ് ചെയ്തത്.” ദേവദാസ് തുടർന്നു. “ആളുകളോട് പൊരുത്തപ്പെടാൻ എനിക്കു നന്നായറിയാം. പക്ഷേ, ചിലരുടെ രീതികൾ എല്ലാത്തരം അഡ്ജസ്റ്റുമെന്റുകൾക്കും അപ്പുറത്താണ്. എന്തുകൊണ്ടോ എന്റെ കാര്യത്തിൽ അത് ആവർത്തിച്ചു. എല്ലാം എപ്പോഴും പരിധിക്കു പുറത്തായിരുന്നു. ആലോചിക്കുമ്പോൾ ഭേദം അതു തന്നെയാണ്. സൗഹൃദങ്ങൾ, ഒന്നിനും വേണ്ടിയല്ലാത്ത വെറും സൗഹൃദങ്ങൾ.”

സാധാരണ സൗഹൃദങ്ങളാണ് ഏറ്റവും നല്ലതെന്ന് കേട്ടിട്ടുണ്ട്. കെട്ടുപോകലില്ല. നിയമങ്ങളില്ല. സ്വാതന്ത്ര്യനഷ്ടങ്ങളില്ല. കൊടുക്കൽ വാങ്ങൽ കണക്കുകളുടെ അമിത ഭാരമില്ല. ഈഗോ ആധിപത്യപ്രശ്നങ്ങൾ കുറവ്. എന്നാൽ സൗഹൃദത്തെ വാനോളം പുകഴ്ത്തുന്നവരും വലിയ പ്രതീക്ഷ വച്ചു പുലർത്താറില്ല. ജീവിതാവസാനം വരെ നീണ്ടു നില്ക്കുന്ന നിസ്വാർത്ഥസൗഹൃദങ്ങൾ പ്രതീക്ഷിക്കരുതെന്ന മുന്നറിയിപ്പും അവരുടെ കൈയിലുണ്ട്.

അനുഭവങ്ങളുടെ കാര്യമോ? എന്റെ കാര്യമെടുത്താൽ അത്ഭുതകരമായ തമാശകൾ ഒന്നുമില്ല. വർഷങ്ങൾക്കു മുമ്പ് എന്റെ അടുത്ത സുഹൃത്തുക്കളായിരുന്ന പലരും ഇപ്പോൾ പരിചയക്കാർ മാത്രമാണ്. പഴയ ചില പരിചയക്കാർ ഇപ്പോൾ അടുത്ത സുഹൃത്തുക്കളായി. കാമ്പസ് ദിനങ്ങ

ളിൽ എന്നും ഒപ്പമുണ്ടായിരുന്ന സുഹൃത്തിനെ നേരിൽ കണ്ടിട്ട് ഇപ്പോൾ ആറേഴു വർഷമാകുന്നു. ദിവസവും ഫോണിൽ സംസാരിച്ചിരുന്ന ഞങ്ങൾ ഇപ്പോൾ വർഷത്തിൽ രണ്ടോ മൂന്നോ പ്രാവശ്യമാണ് സംസാരിക്കുക. മഴ ദിനങ്ങളിൽ സാമ്പത്തികം എത്തിച്ച സുഹൃത്ത് വിളിക്കരുതേ എന്നാണ് ആശിച്ചു പോവുക. ഏറ്റവും ഒടുവിൽ വിളിച്ചത് കടം ചോദിക്കാനായിരുന്നു. ഇപ്പോൾ മഴ ദിനങ്ങൾ അയാളുടേതാണ്.

"കുറച്ചു വർഷങ്ങൾ കൊണ്ടു ഞാൻ ജീവിതത്തെ വല്ലാതെ വെറുത്തുപോയി." ദേവദാസ് മനസ്സു തുറന്നു. ജനാലയിലൂടെ ദൂരേക്ക് പതിച്ച അയാളുടെ കണ്ണുകൾ കൂടുതൽ ശൂന്യമായി. "ഒന്നും പ്രതീക്ഷിക്കാനില്ല. ഒന്നിനും വേണ്ടിയും കാത്തിരിക്കാനില്ല. ആർക്കു വേണ്ടിയും." മദ്യത്തിന്റെ ഗന്ധം രൂക്ഷമായി. വാക്കുകൾ പുറത്തു വരാൻ പ്രയാസപ്പെട്ടു. "...ചിലപ്പോൾ മുന്നിലുള്ളതൊക്കെയും പുരാതനവും ശൂന്യവുമാണെന്നു തോന്നും. പിടിച്ചു നടക്കാൻ സ്വപ്നങ്ങൾ പോലുമില്ലാത്ത ദിവസങ്ങൾ."

ആ പരസ്യത്തിലൂടെ തനിക്ക് വീണ്ടും ജീവവായു കിട്ടുമെന്ന അയാളുടെ പ്രതീക്ഷയുടെ അടിസ്ഥാനം എന്താണെന്ന് ചോദിച്ചില്ല. അയാൾ തുടരുകയായിരുന്നു.

"എവിടെയോ ചിതറിയ പഴയ ക്ലാസ്മേറ്റുകളെ തേടിപ്പിടിക്കാൻ ശ്രമിക്കുന്ന ഞാൻ വിഡ്ഢി തന്നെയാണ്. എന്നാൽ ഒന്നെനിക്കറിയാം. മനുഷ്യന്മാർക്കിടയിൽ ദിവ്യമായ ഒന്നും നിലനില്ക്കുന്നില്ല. എല്ലാ വ്യക്തിബന്ധങ്ങളും കാപട്യം നിറഞ്ഞവയാണ്. പ്രണയം കാമത്തിന്റെ വേറൊരു പേരാണ്... നമ്മൾ ആരോപിക്കുന്ന, സ്വപ്നം കാണുന്ന തീവ്രത എവിടെയും കിട്ടാൻ പോണില്ല. കണ്ടെത്താനാവില്ല. ഞാനുമായി വേർപിരിഞ്ഞയുടൻ ആത്മഹത്യ ചെയ്ത ആദ്യ ഭാര്യ ജീവിച്ചിരുന്നെങ്കിൽ ഞാനവളെ വീണ്ടും വിവാഹം ചെയ്തേനെ. പിന്നീട് കടന്നുവന്നവരേക്കാൾ അവൾ ഭേദമായിരുന്നു. ആത്മഹത്യ ചെയ്യാനായതു തന്നെ ഒരു ക്വാളിറ്റിയാണെന്ന് ഇപ്പോഴെനിക്ക് തോന്നുന്നു."

സ്വന്തം വാക്കുകളിലെ ഫലിതം തിരിച്ചറിഞ്ഞ് അയാൾ ഒന്നു പരുങ്ങി. "ഞാൻ പറഞ്ഞുവരുന്നത്, വ്യക്തിബന്ധങ്ങൾ മുന്നോട്ടു കൊണ്ടുപോകാൻ അഡ്ജസ്റ്റ്മെന്റ് ടെക്നിക്കുകളിലൂടെ കഴിയില്ലെന്നാണ്. ഇണക്കത്തിന്റെ എല്ലാ പാഠങ്ങൾക്കും ഒരു പരിധിയുണ്ട്."

"ബന്ധങ്ങൾ മുന്നോട്ടു കൊണ്ടു പോകണമെങ്കിൽ നമ്മൾ ഒന്നും കാണാതിരിക്കണം. കേൾക്കാതിരിക്കണം. അറിയാതിരിക്കണം. പക്ഷേ, അതെങ്ങനെ സാധിക്കും?"

"വൃത്തികെട്ട സ്വാർത്ഥത. ആളുകളിൽ നമുക്ക് കാണാൻ കഴിയുക അതു മാത്രമാണ്."

എന്തുകൊണ്ട് നിങ്ങൾ സ്വന്തം സ്വാർത്ഥതയെക്കുറിച്ച് ചിന്തിക്കുന്നില്ല? ചോദ്യം മനസ്സിൽ പൊന്തി വന്നെങ്കിലും ഞാൻ മിണ്ടാതെയിരുന്നു. അത് അപ്രസക്തമാണെന്നു തോന്നി. ആത്മവിമർശനം ചിലരുടെ മാത്രം പ്രത്യേകതയാണ് അത് പഠിപ്പിക്കാൻ കഴിയുന്ന കാര്യവുമല്ല.

ദേവദാസിന്റെ പഴയ ക്ലാസ്മേറ്റുകളെ ലക്ഷ്യമിട്ട പരസ്യം സൗഹൃദ ദിനത്തിൽ തന്നെ പത്രങ്ങളിൽ അച്ചടിച്ചു വന്നു. അതു കണ്ടമാത്രയിൽ ദേവദാസ് എന്നെ വിളിച്ച് ഒരുപാട് നേരം സംസാരിച്ചു. അയാളുടെ വാക്കുകളിൽ പ്രതീക്ഷയുടെ ലഹരി തിളച്ചുമറിഞ്ഞു. എന്നാൽ അതിനുശേഷം ഏറെ നാൾ ദാസിനെക്കുറിച്ച് ഒന്നും കേട്ടില്ല. പ്രത്യക്ഷപ്പെടുകയോ, വിളിക്കുകയോ ചെയ്തില്ല. ഏതാണ്ട് രണ്ടു മൂന്നു വർഷം.

യാദൃച്ഛികമായി വീണ്ടും കാണുമ്പോൾ ദേവദാസ് ഏതോ ഉല്ലാസ യാത്രയിലായിരുന്നു വാഹനങ്ങൾ പാർക്കു ചെയ്തിരുന്ന ഭാഗത്ത് പെട്ടെന്ന് കണ്ടപ്പോൾ ആളെ മനസ്സിലായില്ല.

ദേവദാസിന് ഒരുപാട് മാറ്റങ്ങൾ. മദ്യത്തിന്റെ രൂക്ഷഗന്ധത്തിനു പകരം ആഫ്റ്റർ ഷേവ് ലോഷന്റെ മണം. മുഖത്തെ വരൾച്ച മാറിയിരുന്നു. കഷണ്ടി അത്ര പ്രകടമല്ല. വേഷത്തിൽ ഔപചാരികതയില്ല. കണ്ണുകളിൽ തിളക്കം. "നമ്മുടെയാ പരസ്യം ഫലം ചെയ്തെന്നു തോന്നുന്നു." ഞാൻ തിരക്കി.

"എന്തു പരസ്യം. ഞാനതൊക്കെ എന്നേ മറന്നു. അല്ലെങ്കിൽതന്നെ അതിന് പ്രതികരണങ്ങളേ കിട്ടിയില്ല. ഞാനതൊന്നും കാര്യമായി എടുക്കുന്നില്ല. അതിലൊക്കെ എന്തിരിക്കുന്നു. കാമ്പസ് ദിനങ്ങൾ അവസാനിക്കുന്നതോടെ കാമ്പസ് സൗഹൃദങ്ങൾക്കും പ്രസക്തി നഷ്ടപ്പെടുന്നു. ഒപ്പം പഠിച്ച, ഒന്നിച്ചു നടന്ന, ഒരുമിച്ച്... അത്തരം നൊസ്റ്റാൾജിയകൾക്ക് ജീവിതത്തിൽ ഒരു മാജിക്കും കാട്ടാനാവില്ല." നിസ്സാരമട്ടിൽ ദേവദാസ് പറഞ്ഞു.

"പിന്നെ അതു പറയാൻ മറന്നു. അറിയിക്കാൻ പറ്റിയില്ല. എല്ലാം പെട്ടെന്നായിരുന്നു." കാറിനരികിലേക്ക് നീങ്ങി ക്ഷമാപണസ്വരത്തിൽ ദേവദാസ് പറഞ്ഞു. "പരിചയപ്പെടുത്താം. ഇതാണെന്റെ ഭാര്യ." കാറിൽ നിന്നിറങ്ങിയ അയാളുടെ ഏറ്റവും പുതിയ ഭാര്യ കൗതുകത്തോടെ നോക്കി.

ആ മുഖം എന്റെ ഓർമ്മയിൽ ഉണ്ടായിരുന്നു. നേരത്തെ കാണുമ്പോൾ ആ സ്ത്രീ അടുത്ത നഗരത്തിലെ ഹോമിയോ ഡോക്ടറുടെ ഭാര്യയായിരുന്നു.

ലോഡ് ഷെഡിങ്

ആ ഇരുണ്ട ഇടവേളകളിൽ നിങ്ങൾ എന്തെടുക്കുകയായിരുന്നു?

ലോഡ്ഷെഡിങ് അനുഭവിച്ചവർക്ക് ഉത്തരം പറയാനാവുന്ന ചോദ്യമാണത്.

ലോഡ്ഷെഡിങ് സൃഷ്ടിച്ചിരുന്ന എന്തിനെന്നില്ലാത്ത തിടുക്കമാണ് എന്റെ ഓർമ്മ.,

ആ ദിവസങ്ങളിലും ഞാൻ ഒരുപാട് സമയം പാഴാക്കിയിരുന്നു. എന്നാൽ ലോഡ്ഷെഡിങ് സമയം വരുമ്പോൾ മനസ്സ് ധൃതി കൂട്ടും.

സമയം കളയാൻ നമുക്കിഷ്ടമായിരിക്കാം. പക്ഷേ, സർക്കാർ നമ്മുടെ സമയം കവർന്നെടുക്കാൻ ശ്രമിക്കുമ്പോൾ വിട്ടുകൊടുക്കാനാവില്ല.

ഒടുവിൽ ഞാനൊരു പരിഹാരം കണ്ടെത്തി. ലോഡ്ഷെഡിങ് ഇടവേള ഭക്ഷണം കഴിക്കാനായി മാറ്റിവെക്കുക. അങ്ങനെ ആഴ്ചയിലെ ലോഡ്ഷെഡിങ് ഷെഡ്യൂൾ അനുസരിച്ച് എന്റെ രാത്രിഭക്ഷണം ഷെഡ്യൂൾ ചെയ്യപ്പെട്ടു.

പവർ പോകുന്നതിന് മുമ്പുതന്നെ ഹോട്ടലിൽ എത്താൻ ശ്രമിച്ചിരുന്ന എനിക്ക് മറ്റുള്ളവരിലും ലോഡ്ഷെഡിങ്ങിന് മുന്നോടിയായുള്ള ധൃതി കണ്ടെത്താനായി. ഏതു പ്രവൃത്തി എടുക്കുന്നവരിലും ആ തിടുക്കം ഉണ്ടായിരുന്നു. ഏതാണ്ട് ലോകം അവസാനിക്കാൻ തുടങ്ങുന്നതുപോലെ. എന്റെ തിടുക്കം ഞാനവരിൽ ആരോപിച്ചതാണോ?

ജിജ്ഞാസ വർദ്ധിച്ചപ്പോൾ ഇക്കാര്യം ഞാൻ പലരോടും ചോദിച്ചു നോക്കി. ഭൂരിപക്ഷം പേരുടെയും അനുഭവം ഏതാണ്ട് എന്റേതുപോലെയായിരുന്നു എന്നാൽ, ചിലരുടെ മറുപടി രസകരമോ വിചിത്രമോ ആയിരുന്നു. അതിലൊന്നാണ് ദാസിന്റെ കഥ.

സിദ്ധാന്തപരമായി ദാസിന് എപ്പോൾ വേണമെങ്കിലും ശ്രീമതിയെ

പ്രണയിക്കാം കാരണം ശ്രീമതി ദാസിന്റെ ഭാര്യയാണ്. പ്രണയത്തിനായി എത്ര സമയം വേണമെങ്കിലും മാറ്റിവെക്കാനുള്ള സാഹചര്യവും അവർക്കു ണ്ടായിരുന്നു. എന്നാൽ എങ്ങനെയോ ലോഡ്ഷെഡിങ് സമയം തങ്ങളുടെ പ്രണയനേരമായി എന്തുകൊണ്ടോ അവർ തിരഞ്ഞെടുത്തു. അതായത്, ലോഡ്ഷെഡിങ് ആറുമണി മുതൽ ആറരവരെയാണെങ്കിൽ ആ സമയം അവർ പ്രണയിച്ചു. ഒൻപതുമണി മുതൽ ഒൻപതര വരെയാണെങ്കിൽ അപ്പോഴാണ് അവർ പ്രണയം പഠിക്കുക. വേറെ വാക്കുകളിൽ പറഞ്ഞാൽ ലോഡ്ഷെഡിങ് അനുസരിച്ച് അവർ പ്രണയവും ഷെഡ്യൂൾ ചെയ്തു. സമയം കാലാവസ്ഥ എന്നിവയ്ക്കനുസരിച്ച് ലൊക്കേഷനിൽ മാറ്റമുണ്ടാ യിരുന്നു. സിറ്റൗട്ട്, കിടപ്പുമുറി, ടെറസ്.

വിരുന്നുകാരുള്ളപ്പോഴോ ഒഴിവാക്കാനാവാത്ത പ്രശ്നങ്ങൾ കടന്നു വരുമ്പോഴോ മാത്രം പതിവു തെറ്റി. അപ്പോഴൊക്കെ അവർക്ക് നഷ്ടബോധം തോന്നിയിരുന്നു.

ആദ്യ കുഞ്ഞ് ഉറപ്പായതോടെ ഇക്കാര്യത്തിൽ പല വിട്ടുവീഴ്ച കൾക്കും അവർ നിർബ്ബന്ധിതരായി. കുഞ്ഞു ശരിക്കും രംഗപ്രവേശം ചെയ്തതോടെ അവരുടെ ടൈംടേബിൾ ആകെ മാറി.

മാസങ്ങൾ കടന്നുപോയി. എല്ലാം ഒന്ന് ഒതുക്കി ജീവിതത്തിന്റെ പഴയ ചിട്ട, അടുക്ക് എല്ലാം മടക്കി കൊണ്ടുവരാൻ അവർ കൊതിച്ചു. വിശേ ഷിച്ച് അവരുടെ ലോഡ്ഷെഡിങ് പ്രണയം. അങ്ങനെ ഒടുവിൽ അവർ പരിഹാരവഴി കണ്ടെത്തുക തന്നെ ചെയ്തു. കുഞ്ഞിനെ ഭംഗിയായി നോക്കാനറിയാവുന്ന ഒരു സ്ത്രീയെ നിയമിക്കുക. കുഞ്ഞുങ്ങളെ നോക്കി പരിചയവും ശുചിത്വവുമുള്ള ഒന്നാംതരം ഒരു നാട്ടിൻപുറത്തുകാരി – അതായിരുന്നു അവരുടെ ആവശ്യം. നഗരത്തിൽ എളുപ്പം ലഭ്യമായിരുന്ന ആയമാർ, ഹോം നേഴ്സുകൾ എന്നിവരെ അവഗണിച്ച് അവർ പരിചിത മായ നാട്ടിൻപുറത്തേക്ക് പോയി. മറ്റുള്ളവരെ സഹായിക്കുന്ന പരിപാടി നാട്ടിൻപുറത്തുകാരും ഉപേക്ഷിച്ച കാര്യം അനുഭവിച്ചറിയാൻ മാത്രമേ യാത്ര ഉപകരിച്ചുള്ളൂ. അതുകൊണ്ട് തങ്ങൾ സഹായിച്ചിട്ടുള്ള നഗര ത്തിലെ തന്നെ ചില നാട്ടിൻപുറത്തുകാരെ അവർ നിരന്തരം ശല്യം ചെയ്യാൻ തുടങ്ങി. ഒടുവിൽ അവരെ അത്ഭുതപ്പെടുത്തിക്കൊണ്ട് ഒരാൾ സഹായത്തിന്റെ കൈ നീട്ടി.

എന്നാൽ അയാൾ ഏർപ്പാടാക്കിയത് ഒരു പെൺകുട്ടിയെ ആയിരുന്നു. സ്കൂളിൽ പോകേണ്ട പ്രായം. ആരുടെയോ നിർബ്ബന്ധത്താൽ, അടു ത്തുള്ള കയർ ഉല്പാദനകേന്ദ്രത്തിൽ ചക്രം തിരിക്കുന്ന പണിയിൽ കുടു ങ്ങിയ കുട്ടി – ഇരുണ്ടു മെലിഞ്ഞ ഒരു പ്രിയ. ദാസിനെ, ശ്രീമതിയെ കണ്ടപ്പോൾ പ്രിയയുടെ കണ്ണുകളിൽ പ്രതീക്ഷ തിളങ്ങി. കുഞ്ഞിനെ നോക്കാൻ ഒരു സ്കൂൾ കുട്ടിയെ വേണ്ടെന്നു പറയാൻ തുടങ്ങിയ അവരെ തടഞ്ഞത് അതാണ്. അവളുടെ കണ്ണുകളിലെ ആ തിളക്കം.

ഒരു കുഞ്ഞിനെ നോക്കാൻ ഒരു കുട്ടി. ദിവസങ്ങൾ കഴിഞ്ഞിട്ടും അവർക്കത് ഉൾക്കൊള്ളാനായില്ല. എന്നാൽ പ്രിയയുടെ ചിട്ടയായ

പ്രവർത്തനരീതി അവരെ വിസ്മയിപ്പിച്ചു. അവളെപ്പോലെ ഭംഗിയായി കുഞ്ഞിനെ നോക്കാനും സ്വാഭാവികമായി ഇടപെടാനും പ്രായം ചെന്ന ഒരു സ്ത്രീക്കും കഴിയില്ല. അവർ അഭിപ്രായം മാറ്റി.

താമസിയാതെ, ശ്രീമതിയും ദാസും പഴയ വഴികളിലൂടെ സഞ്ചരിക്കാൻ തുടങ്ങി. പ്രവൃത്തികളും വിനോദങ്ങളും അനായാസം മുന്നോട്ടു നീങ്ങി. വിശേഷിച്ച് ലോഡ്ഷെഡിങ് പ്രണയം.

അങ്ങനെയിരിക്കെ ഒരുദിവസം പ്രണയം പതിവിലേറെ വിശദമാകാൻ തുടങ്ങി. അപ്പോഴാണ് വീട്ടിനുള്ളിൽ പ്രിയ കൂടി ഉണ്ടെന്ന കാര്യം അവരെ ഉണർത്തിയത്. ഒരു കുട്ടിയുടെ സ്വാഭാവിക ജിജ്ഞാസയോടെ പ്രിയ കടന്നുവന്നാൽ.

മുൻകരുതൽ എന്ന നിലയിൽ പ്രിയ അപ്പോഴെവിടെയാണെന്നുറപ്പിക്കാൻ വേണ്ടി ശ്രീമതി താഴെക്കിറങ്ങി. കോവണിപ്പടി പകുതി ചെന്നപ്പോൾ ശ്രീമതിക്കു സമാധാനമായി. പ്രിയ കുഞ്ഞിനരികെ തന്നെയുണ്ട്. തൊട്ടിൽ ആട്ടുന്നതിനൊപ്പം വിശറി ചലിപ്പിക്കുകയാണ്. വലിയ ചൂട് ഉണ്ടായിരുന്നില്ല. കുഞ്ഞ് നല്ല ഉറക്കത്തിലുമായിരുന്നു. എന്നിട്ടും പ്രിയ ശ്രദ്ധയോടെ തന്റെ ജോലി തുടരുന്നു. മനസ്സിൽ അവളെ വാഴ്ത്തി ശ്രീമതി മുകളിലേക്ക് കയറാൻ തുടങ്ങി. അപ്പോൾ എവിടെ നിന്നോ ഒരു തേങ്ങൽ പോലെ കേട്ടു. ശ്രീമതി കാതോർത്തു. തേങ്ങൽതന്നെയാണ്. പക്ഷേ, എവിടെ നിന്ന്? ഉറവിടം കണ്ടെത്തുമ്പോൾ ശ്രീമതിക്ക് വിശ്വസിക്കാനായില്ല. തൊട്ടിലും വിശറിയും ചലിപ്പിച്ചു കൊണ്ടിരുന്ന പ്രിയ തന്നെയാണ് തേങ്ങുന്നത്.

കാരണം തിരക്കി പ്രിയയെ പ്രോത്സാഹിപ്പിക്കുന്നത് നല്ലതല്ലെന്ന ചിന്തയോടെ വീണ്ടും ശ്രീമതി മുകളിലേക്ക് കയറി. റൊമാന്റിക് മൂഡ് കളയാനും അവർക്ക് താല്പര്യമുണ്ടായിരുന്നില്ല.

തുടർന്നുള്ള ദിവസങ്ങളിൽ സമയം കിട്ടിയപ്പോഴൊക്കെ ശ്രീമതി രഹസ്യമായി പ്രിയയെ നിരീക്ഷിച്ചു. സംഗതി വിചിത്രമായിരുന്നു. ലോഡ്ഷെഡിങ് നേരം മാത്രമാണ് പ്രിയ കരയുക. ഷെഡ്യൂൾ ചെയ്യപ്പെട്ട കരച്ചിൽ.

ലോഡ് ഷെഡിങ്ങുമായി ബന്ധപ്പെട്ട ഹോബിയിൽ ഏർപ്പെട്ടിരുന്നെങ്കിലും പ്രിയയുടെ കരച്ചിൽ ദാസിനും ശ്രീമതിക്കും ഉൾക്കൊള്ളാനായില്ല. മാത്രമല്ല ചില സ്വകാര്യ നിമിഷങ്ങളിൽ തന്നെയും പ്രിയയുടെ കരച്ചിലിനെക്കുറിച്ചുള്ള ചിന്ത അവരെ ശല്യംചെയ്യാൻ തുടങ്ങി. അങ്ങനെ ആ കരച്ചിലിന്റെ കാരണം തിരക്കാൻ അവർ നിർബ്ബന്ധിതരായി.

“അവനിപ്പം അച്ഛന്റെ മടിയിൽ കിടക്കുകയാവും.” പ്രിയ വിതുമ്പി.

“ആര്” ശ്രീമതി ചോദിച്ചു.

“എന്റെ അച്ഛന്റെ മോൻ...” പ്രിയ കരഞ്ഞു.

പ്രിയയുടെ അമ്മ മരിച്ചു പോയിരുന്നു. അവളെ പ്രസവിച്ച ദിവസം തന്നെ – പത്തൊമ്പതാമത്തെ വയസ്സിൽ. നാലഞ്ചു മാസം കഴിഞ്ഞപ്പോൾ അവളുടെ അച്ഛൻ ഏതോ ഒരുസ്ത്രീയെ വീട്ടിലേക്ക് കൊണ്ടുവന്നു. ആ സ്ത്രീയിൽ അയാൾക്കുണ്ടായ മകന്റെ കാര്യമാണ് പ്രിയ പറഞ്ഞത്.

ആ കടലോര പ്രദേശത്തെ പെണ്ണുങ്ങളുടെ കഥകൾ ഒരേ പോലെ യായിരുന്നു. ആദ്യ സ്കൂളിൽ നിന്നുതന്നെ അവർ പൊഴിഞ്ഞുപോകും. പതിനാറോ പതിനേഴോ വയസ്സിൽ വിവാഹം. അതിനുമുമ്പ് കയർ ഉല്പാദന കേന്ദ്രത്തിലെ കൂറ്റൻ ചക്രം തിരിച്ച് തിരിച്ച് ജീവിതം എന്താണെന്ന് അവർ ശരിക്കും പഠിച്ചിരിക്കും. വൈകുന്നേരങ്ങളിൽ തഴമ്പു വീണ കൈയിൽ ഔദാര്യത്തോടെ വീഴുന്ന നാണയത്തുട്ട്. അവരുടെ കണ്ണുകളിൽ വളരെ ശ്രദ്ധിച്ചു നോക്കിയാൽ മാത്രം കാണാനാവുന്ന തിളക്കത്തിന്റെ രഹസ്യം അതാവാം.

ആ പ്രദേശത്തെ, ആ പതിവ് വിധിയിലേക്ക് പ്രിയ ഒഴുകിത്തുടങ്ങിയപ്പോഴാണ് തങ്ങൾ കടന്നുചെന്നതെന്ന് ദാസും ശ്രീമതിയും മനസ്സിലാക്കിയിരുന്നു. അതുകൊണ്ട് അല്ലെങ്കിൽ എന്തുകൊണ്ടോ അവളെ പെട്ടെന്ന് മടക്കി അയക്കാൻ അവർക്കായില്ല.

പ്രിയയുടെ ശമ്പളം കൈപ്പറ്റാനായി അവളുടെ അച്ഛൻ മാസാദ്യം കൃത്യമായി എത്തിയിരുന്നു. ലോക്കൽ മദ്യത്തിന്റെ ഗന്ധം പരത്തിയിരുന്ന അയാളോട് പ്രിയയുടെ കരച്ചിലിനെക്കുറിച്ച് അവർ പറഞ്ഞില്ല.

ദിവസങ്ങൾ കടന്നുപോയി. ദാസും ശ്രീമതിയും ലോഡ്ഷെഡിങ് ചിട്ട തെറ്റിച്ചില്ല, പ്രിയ അവളുടേതും. അവരുടെ ജീവിതം ആ നിലയിൽ കണ്ടീഷൻ ചെയ്യപ്പെട്ടു.

ആയിടെ ലോഡ്ഷെഡിങ് സമയത്ത് ഉപയോഗിക്കാനാവുന്ന ഇൻവെർട്ടർ വില്ക്കുന്ന ഒരാൾ ദാസിന്റെ ഓഫീസിൽ എത്തി. ഇരുട്ടിൽ തൊട്ടിലിനരികെ കരഞ്ഞുകൊണ്ട് യാന്ത്രികമായി വിശറി ചലിപ്പിക്കുന്ന പ്രിയയുടെ ചിത്രം ദാസിന്റെ മനസ്സിൽ തെളിഞ്ഞു. ആ പ്രശ്നം പരിഹരിക്കാൻ പറ്റിയ ഉപകരണം - അയാൾ വിചാരിച്ചു. അങ്ങനെ ദാസ് ഇൻവെർട്ടർ സ്വന്തമാക്കി.

അന്നുമുതൽ അവരുടെ വീടും ലോഡ്ഷെഡിങ് സമയം പ്രകാശത്തിൽ കുളിച്ചു. കറങ്ങുന്ന ഫാനിനു ചുവട്ടിൽ കുഞ്ഞ് സുഖമായി ഉറങ്ങി.

എങ്കിലും ദാസിന്റെയും ശ്രീമതിയുടെയും ലോകത്തുനിന്ന് ലോഡ്ഷെഡിങ് ഇറങ്ങിപ്പോയില്ല. ഇൻവെർട്ടറിനെ അവഗണിച്ച് അവർ ലോഡ്ഷെഡിങ് പ്രണയം തുടരുക തന്നെ ചെയ്തു. ചിലപ്പോൾ ടെറസിലെ ഇരുട്ടിൽ, ചിലപ്പോൾ കിടപ്പുമുറിയിലെ ലൈറ്റ് ഓഫാക്കിയ ശേഷം ലോഡ്ഷെഡിങ് ഷെഡ്യൂൾ അനുസരിച്ച് കൃത്യമായി.

ഒരുദിവസം ദാസിന് കൃത്യസമയത്ത് എത്താനായില്ല. കിടപ്പുമുറിയിൽ ഒറ്റക്കിരുന്ന് ബോറടിച്ച ശ്രീമതി വെറുതേ താഴേക്കിറങ്ങി. അപ്പോൾ കണ്ട കാഴ്ച ശ്രീമതിയെ വിസ്മയിപ്പിച്ചു.

മുറിയിലെ ലൈറ്റ് ഓഫാക്കിയ ശേഷം, ഇരുട്ടിൽ തൊട്ടിലിനരികെയിരുന്നു തേങ്ങുന്ന പ്രിയ. കോവണിപ്പടിയുടെ പകുതിയിൽ കുറേനേരം ശ്രീമതി അതു നോക്കിനിന്നു. ഫാൻ കറങ്ങുന്നുണ്ട് എന്നാൽ, കരയുന്നതിനൊപ്പം പ്രിയ തന്റെ കൈയിലെ വിശറി ചലിപ്പിച്ചുകൊണ്ടിരുന്നു. ഇടയ്ക്ക് തൊട്ടിലും.

മാറിയ സാഹചര്യത്തിൽ പ്രിയയുടെ പെരുമാറ്റം ദാസും ശ്രീമതിയും കൂടുതൽ ഗൗരവത്തോടെയാണ് കണ്ടത്. എന്നാൽ നീണ്ട ചർച്ചകൾക്കു ശേഷം ആ വിഷയം കണ്ടില്ലെന്നു നടിക്കാൻ അവർ തീരുമാനിച്ചു.

ലോഡ്ഷെഡിങ് പ്രണയം ഉപേക്ഷിക്കാനാവാത്തതുപോലെ, അതിനു സമാന്തരമായി കരഞ്ഞുകൊണ്ട് വിശറി ചലിപ്പിച്ചിരിക്കുന്ന പ്രിയയുടെ അസ്തിത്വവും അവരുടെ ജീവിതത്തിന്റെ ഭാഗമായി.

അങ്ങനെ, ഒരുപാടു നാളുകളിൽ ഒരു നിയോഗം പോലെ, ഷെഡ്യൂൾ ചെയ്ത സമയങ്ങളിൽ ദാസും ശ്രീമതിയും മനസ്സ് പ്രശാന്തമാക്കാൻ ശ്രമിച്ചു കൊണ്ടേയിരിക്കുന്നു, തന്റേതായ രീതിയിൽ പ്രിയയും.

ഓർക്കാപ്പുറത്ത് ഒരുനാൾ സർക്കാർ ലോഡ്ഷെഡിങ് പിൻവലിച്ചതോടെ എല്ലാം തകരാറിലായി. തങ്ങളുടെ ചെറിയ ലോകത്തെ വിളക്കുകൾ അണഞ്ഞുപോയതു പോലെ, വീടിന്റെ ജനാലകൾ തുറക്കാനാവാത്ത വിധം അടഞ്ഞു പോയതുപോലെ അവർക്ക് തോന്നി.

എങ്കിലും, ഇപ്പോഴും അവർക്ക് പ്രതീക്ഷയുണ്ട്. ആ ഇരുണ്ട ഇടവേള വീണ്ടും കടന്നുവരുമെന്ന വിശ്വാസത്തോടെ അവർ കാത്തിരിക്കുന്നു. ദാസ്, ശ്രീമതി. പ്രിയ.

അടുത്ത ഓണത്തിന്

തുന്നൽ കട നടത്തുന്ന ദേവന് തിരക്കാണിഷ്ടം. പക്ഷേ, അയാൾക്ക് തന്റെ പഴയ തയ്യൽ മെഷീൻ രാപ്പകൽ പ്രവർത്തിക്കാനാവുക ഓണക്കാലത്ത് മാത്രമാണ്. അല്ലാതെ, ചില തുണിക്കടകൾ വല്ലപ്പോഴും കൊടുക്കുന്ന തലയിണ ഉറകളുടെ കരാർ തുന്നൽ. പിന്നെ, വല്ലപ്പോഴും വീണുകിട്ടുന്ന യൂണിഫോം തുന്നൽ.

പണിയൊന്നുമില്ലാത്ത ഇടവേളകൾ തുറിച്ചു നോക്കുമ്പോൾ ദേവൻ നാട്ടിലെ എല്ലാ കാര്യങ്ങളിലും തലയിടും. ആരെയും കയറി ഉപദേശിക്കും. അതിന് കഴിയാത്തപ്പോൾ തന്റെ പഴയ റേഡിയോയിലൂടെ പാട്ട് കേട്ടിരിക്കും. "മേരാ ഏക് സപ്നാ ഹേ..' എന്ന തന്റെ പ്രിയഗാനം ഇടയ്ക്ക് കടന്നുവരുമ്പോൾ ദേവൻ ജനാലയിലൂടെ പുറത്തേക്ക് നോക്കിയിരിക്കും.

ഓണമടുത്താൽ ദേവന്റെ പഴയ തയ്യൽ മെഷീൻ കഠിനാദ്ധ്വാനം ചെയ്യാൻ തുടങ്ങും. എന്നാൽ ആ വിളവെടുപ്പിനൊടുവിൽ ദേവന് പതിവുപോലെ സ്വയം സമാധാനിപ്പിക്കേണ്ടി വരുന്നു.

"പോട്ടെ.... ഇത്തവണ കഴിഞ്ഞില്ല... വരട്ടെ, അടുത്ത ഓണത്തിനാവട്ടെ." ആരോടെന്നില്ലാതെ ദേവൻ പറയും. "അന്നാവുമ്പോ കുറേക്കൂടി നല്ല മെഷീൻ വാങ്ങാനാവുകേം ചെയ്യും." അങ്ങനെ പറയുമ്പോൾ ദേവൻ തന്റെ തല ചെരിച്ച് പുറത്തേക്ക് നോക്കുന്നത് കാണാം.

"പിന്നെ പണ്ടേ അച്ഛൻ ഉപയോഗിച്ചു കൊണ്ടിരുന്ന മെഷീനായതോണ്ടുകൂടിയാ അല്ലെങ്കി എന്നെ ഞാനിതു മാറ്റിയേനെ." കേട്ടിരിക്കുന്ന ഞങ്ങളോടായി ദേവൻ പറയും.

ഞങ്ങളെ സംബന്ധിച്ചിടത്തോളം അത് കേൾക്കുമ്പോൾ ഒരു ചിരി അനിവാര്യമാണ് ഞങ്ങൾ ചിരിക്കും, ദേവനും.

“അടുത്ത ഓണത്തിനു കണ്ടോ ഞാനെടുത്ത സിനിമയും കാണും ഓണപ്പടങ്ങളുടെ കൂട്ടത്തിൽ.” സിനിമാ സംവിധായകന്റെ സ്വപ്നങ്ങൾ കാണുന്ന രഘുരാജ് ആവേശത്തോടെ പറഞ്ഞത് വർഷങ്ങൾക്കു മുമ്പാണ്.

ചില ടെലിവിഷൻ സീരിയലുകളിൽ അസോസിയേറ്റായി പ്രവർത്തിച്ച രഘുരാജ് ഇപ്പോൾ നിലപാട് മാറ്റി. “നോക്കട്ടെ... അടുത്ത ഓണത്തിന് ചിലപ്പോ...” കേൾക്കുമ്പോൾ ഞങ്ങൾ ചിരിക്കും. രഘുരാജ് ഗൗരവം വിടാതെ നില്ക്കും.

ഒടുവിൽ കാണുമ്പോൾ രഘുരാജ് താടിയും മുടിയും നീട്ടിവളർത്തിയിരുന്നു. ഏതോ പ്രശസ്ത സംവിധായകനെപ്പോലെ.

“എന്തുപറ്റി, ആ ഓണപ്പടത്തിന്?” ഞങ്ങൾ തിരക്കി. രഘുരാജ് വിഷയം മാറ്റാൻ നോക്കി. ഞങ്ങൾ ചോദ്യം ആവർത്തിച്ചു. രഘുരാജിന്റെ മുഖം ചുവന്നു. കണ്ണുകളിലെ നിസ്സഹായത മറയ്ക്കാനായി രഘുരാജ് നോട്ടം പിൻവലിച്ചു.

അപ്പോൾ ഒരുചിരി അനിവാര്യമാണ്. ഞങ്ങൾ ചിരിച്ചു അതുകണ്ടില്ലെന്ന് നടിച്ച് രഘുരാജ് നടക്കാൻ തുടങ്ങി. നടന്നകലുന്ന രഘുരാജനെ നോക്കിയിരിക്കുമ്പോൾ ഞങ്ങൾക്ക് സാമിനെ ഓർമ്മ വന്നു. ഞങ്ങൾ കാമ്പസ് ഗാന്ധിയെന്ന് വിളിച്ചിരുന്ന സാം വർഗ്ഗീസ്.

സാം ഒരുപാട് വായിച്ചിരുന്നു. ഒരുപാട് സംസാരിച്ചിരുന്നു. അപരിചിതരായ അനാഥ രോഗികൾക്കായി രക്തദാനം നടത്തിയിരുന്നു. സാമിന്റെ ആത്മഹത്യയെക്കുറിച്ച് കേട്ടത് പോയ ഓണക്കാലത്തായിരുന്നു.

ഓണത്തിന്റെ ജനകീയതയെക്കുറിച്ച് സംസാരിക്കുന്നതിനിടെ കുഴഞ്ഞുവീണു മരിച്ച വേലായുധേട്ടൻ ദൈവത്തിനു പകരം കാൾ മാർക്സിനെ പൂജിച്ച ആളായിരുന്നു. ഓണം പകരുന്ന പോസിറ്റീവ് എനർജിയെക്കുറിച്ച് ലേഖനമെഴുതുക വേലായുധേട്ടന്റെ പതിവായിരുന്നു. വേലായുധേട്ടന്റെ ആഗ്രഹപ്രകാരം അദ്ദേഹത്തിന്റെ കണ്ണുകൾ നേത്രബാങ്കിനും ശരീരം മെഡിക്കൾ കോളേജിനും ദാനം കൊടുത്തു.

തിമിരം ബാധിച്ച തന്റെ കണ്ണുകളുടെ ശാസ്ത്രക്രിയപോലും വേലായുധൻ ഓണവുമായി ബന്ധപ്പെടുത്തി. “ഈ ഓണമൊന്നു കഴിഞ്ഞോട്ടെ അല്ലെങ്കിൽ അടുത്ത ഓണമൊന്നു വന്നോട്ടെ.”

അത്തരം ഒഴിഞ്ഞുമാറ്റം കേട്ടപ്പോഴൊക്കെ ഞങ്ങൾ ചിരിച്ചു, വേലായുധേട്ടനും.

തന്റെ ശവസംസ്കാരം വീട്ടുകാർക്ക് ഒരു ഭാരമാകരുതെന്ന് കരുതിയാണ് സ്വന്തം ശരീരം വേലായുധൻ മെഡിക്കൽകോളേജിന് ദാം ചെയ്തതെന്ന് ആളുകൾ പറഞ്ഞു നടന്നു.

“ക്ഷമിക്ക്.. ഓണമൊന്നിങ്ങു വന്നോട്ടെ.” വേലായുധേട്ടന്റെ ശബ്ദം ഇപ്പോഴും ഓർമ്മയിൽ മുഴങ്ങുന്നു. “പോട്ടെ... ഓണം ഇനീം വരുമല്ലോ. ക്ഷമിക്ക്... എല്ലാം ശരിയാവും.”

എന്നും നന്നായി ഉറങ്ങുന്നതുകൊണ്ട് തനിക്ക് സ്വപ്നങ്ങൾ ഓർത്തെടുക്കാനാവുന്നില്ലെന്നും പകലുകളിൽ തിരക്കായതുകൊണ്ട് പകൽക്കിനാ

വുകൾ തനിക്ക് അന്യമാണെന്നും വിശ്വസിക്കുന്ന ഡോ. ശ്രീപതിയുടെ കാര്യം മറ്റൊന്നാണ്.

അപൂർവ്വമായി കിട്ടുന്ന ഇടവേളകൾ ഏജന്റുമാർ അപഹരിക്കുന്നു എന്നാണ് ഡോക്ടറുടെ പരാതി. മരുന്ന് കമ്പനികളുടെ, ലാബുകളുടെ ഏജന്റുമാർ, ഓഹരി ഇൻഷുറൻസ് ബാങ്ക് ഏജന്റുമാർ.. എങ്കിലും, എല്ലാവരുടേയും കണ്ണുവെട്ടിച്ച് തന്റെ തീറ്റയും കുടിയും ആഘോഷങ്ങളാക്കാൻ ഡോക്ടർക്ക് കഴിയുന്നു. കൂടാതെ ഇന്റർനെറ്റ് വിനോദങ്ങളിലേക്ക് ആവോളം കൂപ്പുകുത്താനും സാധിക്കുന്നു.

ലാപ്ടോപ് അടച്ചുവെക്കുമ്പോൾ പാതിരാത്രി കഴിഞ്ഞെന്നിരിക്കും. എന്നു കരുതി. കോളേജ് അദ്ധ്യാപികയായ ഭാര്യയ്ക്ക് പരാതി പറയാനുള്ള ഒരവസരം പോലും ഡോ. ശ്രീപതി ഉണ്ടാക്കില്ല. രണ്ടു മക്കൾ. മകൾ മെഡിക്കൽ കോളേജിൽ. മകൻ എൻജിനീയറിങ് കോളേജിൽ.

ആകെക്കൂടി നോക്കിയാൽ മികച്ച ജീവിതം തന്നെയാണ് ഡോ. ശ്രീപതി മുന്നോട്ടു കൊണ്ടു പോകുന്നത്. പക്ഷേ, എന്തോ ഒന്ന് ഇടയ്ക്ക് തനിക്ക് നഷ്ടപ്പെടുന്നതു പോലെ ശ്രീപതിക്ക് അനുഭവപ്പെടും. അപ്പോഴയാൾ എന്തെന്നില്ലാതെ സ്വയം ഓർമ്മപ്പെടുത്തും. ഓണത്തിനാവട്ടെ, ഇത്തവണ നാട്ടിലേക്കൊന്നു പോകണം.

ഡോ. ശ്രീപതിയെ പോലെ നാട്ടിൻപുറത്ത് ജനിച്ചു വളർന്ന ഭാര്യ ആശാലതയും ജീവിതം ആസ്വദിക്കുന്നു. കോളേജ് അദ്ധ്യാപികയുടെ റോൾ, വീട്, ശ്രീപതി, മക്കൾ... ഒന്നും ഒരു ബാദ്ധ്യതയായി അവർക്ക് തോന്നാറില്ല. പക്ഷേ, കോളേജിലേക്കുള്ള പതിവു യാത്രയ്ക്കിടയിലോ മറ്റോ ഇടയ്ക്കവർക്ക് എന്തോ നഷ്ടപ്പെട്ടതുപോലെ തോന്നും. അപ്പോഴവർ വളരെ സ്വകാര്യമായി സ്വയം ആശ്വസിപ്പിക്കും. "ഓണത്തിനെങ്കിലും നാട്ടിലെക്കൊന്നു പോണം. ബന്ധുക്കളെയൊക്കെ ഒന്നു കാണണം."

അപൂർവ്വമായി ഡോ. ശ്രീപതി തന്റെ ചിന്ത ഭാര്യയോട് പങ്കിടും. "നമുക്ക് ഇത്തവണ നാട്ടിലേക്കൊന്നു പോണം." ആശാലത ഇടയ്ക്ക് കയറും. "ഞാനത് അങ്ങോട്ട് പറയാനിരിക്കുകയായിരുന്നു. ഈ ഓണത്തിന് നമുക്ക് പോണം." വാസ്തവത്തിൽ അവർ നാട്ടിലേക്ക് പോയിട്ട് പതിറ്റാണ്ടു കടന്നുപോയിരിക്കുന്നു. എങ്കിലും ഇടയ്ക്കവർക്ക് പറയേണ്ടി വരുന്നു. "ഇത്തവണ കഴിഞ്ഞില്ല. പോണം. വരുന്ന ഓണത്തിനെങ്കിലും."

പതിറ്റാണ്ടുകൾക്ക് മുൻപ് ഉണ്ടായിരുന്ന ബാങ്കിലെ ജോലി വലിച്ചെറിഞ്ഞ് കാർഷികവൃത്തിയിലേക്ക് തിരിഞ്ഞ പ്രകാശന് സാധാരണ സ്വപ്നങ്ങൾ മാത്രമേയുള്ളൂ. ഓണക്കാല വിളവെടുപ്പോടെ കടങ്ങളൊക്കെ നികത്താനാവുമെന്ന് കരുതി പ്രകാശൻ കാത്തിരിക്കുന്നു. പക്ഷേ, പുതിയ കടങ്ങളിൽ പ്രകാശിനെ കുടുക്കിയിട്ടുകൊണ്ടാണ് ഓണം കടന്നുപോവുക.

കൂട്ടുപലിശ പെരുകിപ്പെരുകി ഞെക്കി ഞെരുക്കുമ്പോഴും പ്രകാശന് പ്രതീക്ഷിക്കാനാവുന്നു. "ഇത്തവണ വിചാരിച്ചപോലായില്ല.... വരട്ടെ, അടുത്ത ഓണത്തിന്...?"

ആഴ്ചതോറും പല പേരുകളിൽ ഇറങ്ങുന്ന ഭാഗ്യക്കുറികൾ തലയ്ക്കു

പിടിച്ച രാജേഷിന്റെ ഏറ്റവും വലിയ സ്വപ്നം ഓണം ബംബർ നേടുകയാണ്.

ആഴ്ചക്കുറികൾ, ഇടിവെട്ട് ബംബറുകൾ ഒറ്റവാക്കിൽ തലക്കുറി മാറ്റുമെന്ന് അവകാശപ്പെടുന്ന മിനിസ്ക്രീൻ ഭാഗ്യജാലങ്ങൾ, ഉദാരമാക്കപ്പെട്ട വായ്പാ മേളകൾ. വമ്പൻ എക്സ്ചേഞ്ച് ഓഫറുകൾ. ഷോപ്പിങ് മാമാങ്കങ്ങൾ...

ഭാഗ്യാന്വേഷണ ലഹരി, കടബാദ്ധ്യതാ ലഹരി... എല്ലാ സ്വപ്നാടകരെയും പോലെ രാജേഷും പ്രലോഭനങ്ങളാൽ തട്ടിയെടുക്കപ്പെട്ടിരിക്കുന്നു.

വിസ്മയമേളകളിൽ നിന്ന് കഴിയുന്നത്ര വാങ്ങിക്കൂട്ടുന്ന രാജേഷ് കടബാദ്ധ്യതകൾ സൃഷ്ടിക്കുന്ന സമ്മർദ്ദം ലഘൂകരിക്കാൻ വേണ്ടി ബിവറേജസ് കോർപ്പറേഷൻ ഔട്ട്ലൈറ്റുകൾക്ക് മുന്നിൽ ക്യൂ നില്ക്കുന്നു.

ഒരുപാട് മോഹഭംഗങ്ങളാൽ വേട്ടയാടപ്പെടുമ്പോഴും ചിട്ടയോടെ ക്യൂ നില്ക്കുന്ന രാജേഷ് ഭ്രാന്തനായി കാണപ്പെടുന്നു. എന്തെന്നാൽ നഷ്ടസ്വപ്നങ്ങളുടെ സ്ഥാനത്ത് പുതിയ സ്വപ്നങ്ങൾ പ്രതീക്ഷിക്കാനുള്ള ധ്യാനവേള കൂടിയാണത്.

"ഈ ഓണത്തിന്... അല്ലെങ്കിൽ അടുത്ത ഓണത്തിനെങ്കിലും..." രാജേഷ് ഇടയ്ക്ക് സ്വയം ഓർമ്മപ്പെടുത്തുന്നു.

കാത്തുനില്പ് ക്ഷമ പഠിപ്പിക്കുന്നു. ശുഭാപ്തി വിശ്വാസം വളർത്തുന്നു.

കടന്നുപോയ ഓണങ്ങൾ പകർന്ന മോഹഭംഗങ്ങൾ, ആഘാതങ്ങൾ, വരാനിരിക്കുന്ന ഓണത്തെക്കുറിച്ചുള്ള പ്രതീക്ഷകൾ, സർക്കാർ വക ഓണാഘോഷയാത്ര കാണാനെത്തുന്നവരിൽ എല്ലാം ഒന്നിച്ചുകാണാനാവും. പ്രധാന പാതയോരങ്ങളിൽ കാഴ്ചക്കാരായി മാറ്റപ്പെടുന്നവരുടെ മുഖങ്ങളിൽ, കണ്ണുകളിൽ.

മോഹഭംഗങ്ങളുടെ നിഴൽപ്പാടുകൾ, വിദൂരമായ പ്രതീക്ഷയുടെ ഒരു തരി.

തിരക്ക് നിയന്ത്രിക്കാനെത്തുന്ന തലതിരിഞ്ഞ പൊലീസുകാരുടെ വിരട്ടലുകളാൽ തള്ളിമാറ്റപ്പെടുന്ന, അപമാനിക്കപ്പെടുന്ന കാഴ്ചക്കാരായി മാറ്റിനിർത്തപ്പെടുന്ന അവരുടെ ദുർബ്ബലമായ നിശ്വാസങ്ങൾ.

ഈ ഓണത്തിനായില്ല, പോട്ടെ എല്ലാം ശരിയാവും. അടുത്ത ഓണത്തോടെ.